Conversational Swahili A2

Abdulkarim W. Murunga

D1665300

African Ink Publishers
+254768928383/+254715654842
Email: africaninkke@gmail.com

ISBN: 978-9914-9669-3-0
Mhariri: Aoko Juma, African Ink Publishers
Chapa ya Kwanza 2023

CONTENTS

About this book

"**Conversational Swahili A2**" is a comprehensive Swahili learning book with more than thirty (30) A2 level Swahili dialogues with English translation, new vocabularies and exercises. It aims to enhance the learners' Swahili language skills and **practical conversational abilities** by providing examples of **realistic conversations** on various everyday topics.

The user-friendly format allows easy navigation while the **vocabulary sections** after each dialogue expands the learners' vocabulary and reinforces their understanding of the dialogues. The **questions in after the dialogues**, enables you to actively engage in the learning process.

1

A Guide for Visitors to East Africa

When visiting East Africa, it's beneficial to familiarize yourself with key aspects of the Swahili culture for a better experience. Here's what to consider:

1. **Greetings:** Use phrases like "Hujambo" or "Habari" (Hello) and respond with "Sijambo" or "Salama" (I am fine). Handshakes and multiple greetings at once are common.

   Point to note: Greet elders and authority figures first.

2. **Respect for Elders:** Accord the elders with respect. Use "Shikamoo" to greet elders, they will reply "Marahaba."

3. **Dress Code:** Dress modestly, especially in rural areas and religious sites. Women cover their shoulders and wear knee-length skirts or trousers while men wear long pants and shirts.

4. **Swahili Language:** Learn basic phrases like greetings and other words like "Asante" (Thank you), "Tafadhali" (Please) and "Samahani" (Excuse me) for better interactions.

5. **Food and Dining:** Try local dishes like Ugali, Nyama Choma, Chapati and Sukuma Wiki. Use your right hand when eating as the left hand is considered unclean.

6. **Customs and Traditions:** Respect the diverse customs of different tribes. Seek permission first and respect sacred places and ceremonies.

7. **Safari Etiquette:** Follow the Safari guides' instructions, respect the wildlife, maintain distance, and avoid making noise.

8. **Religion and Respect:** Islam and Christianity are the main religions. Dress modestly at religious sites.

9. **Time and Punctuality:** Be punctual for appointments. Remember though, social gatherings may start later than expected.
10. **Haggling:** Expect haggling in markets. Bargain politely for fair prices.

****

Important Swahili words.

Asante – Thank you
Asante sana – Thank you very much.
Karibu. – Welcome.
Ndiyo – Yes.
Hapana/la – No.
Samahani. – Excuse me.
Pole. – Sorry.
Mungu wangu! – My God!
Kwa heri! – Goodbye!
Sawa! – Okay.
Tafadhali. – Please.
Nisamehe. – Forgive me.
Niwie radhi. – Forgive me.
Unaweza kunisaidia? – Can you help me?
Bwana(Bw.) – Mr.
Bibi(Bi.) – Mrs.
Vizuri sana. – Very good.

Pengine. – Maybe.
Kweli? – Really?
Ni kweli? – Is it true?
Ndiyo, ni kweli. –Yes, it is true.
Hapana, si kweli. – No, it is not true.
Nisaidie! – Help me!
Ninahitaji usaidizi. – I need some help.
Wazo zuri. – Good idea.
Inawezekana. – It is possible.
Haiwezekeni. – It is not possible. /No way.
Bila shaka. - Of course.
Ni furaha yangu. - It is my pleasure

3

DIALOGUE 1

Kuzungumza kujihusu – Talking about yourself

Musa and Fatma meet at the university in Dar es Salaam. They realize they are both students at the university while conversing. Musa is pursuing engineering while Fatma is pursuing law. They express excitement at the possibility of having a class together and becoming friends.

Musa: Habari yako?
Fatma: Nzuri. Salama?
Musa: Salama, asante. Jina langu ni Musa. Jina lako ni nani?
Fatma: Mimi ni Fatma. Nimefurahi kukutana nawe Musa.
Musa: Nimefurahi kukutana nawe pia Fatma. Unatoka wapi?
Fatma: Mimi natoka Mombasa, na wewe?
Musa: Mimi natoka Dar es Salaam. Una umri gani?
Fatma: Mimi nina miaka ishirini na mitano. Na wewe je?
Musa: Mimi nina miaka ishirini na minane. Unafanya kazi gani?
Fatma: Mimi ni mwanafunzi katika Chuo Kikuu cha Dar es Salaam. Na wewe?
Musa: Mimi pia ni mwanafunzi katika Chuo Kikuu cha Dar es Salaam. Unasomea kozi gani katika chuo kikuu?
Fatma: Mimi nasomea sheria. Na wewe unasomea nini?
Musa: Mimi nasomea uhandisi. Pengine tutakuwa na somo pamoja!
Fatma: Hapana shaka. Itakuwa vizuri sana kuwa na rafiki kama wewe pamoja darasani.

English transaltion
Musa: How are you?
Fatma: Good, what about you?

4

Musa: I'm good, thank you. My name is Musa. What is your name?

Fatma: I'm Fatma. Nice to meet you Musa.

Musa: Nice to meet you too Fatma. Where are you from?

Fatma: I'm from Mombasa. And you?

Musa: I'm from Dar es Salaam. How old are you?

Fatma: I'm 25. You?

Musa: I'm 28. What do you do?

Fatma: I'm a student at the University of Dar es Salaam. What about you?

Musa: I'm also a student at the University of Dar es Salaam. Which course are you pursuing?

Fatma: I'm studying law. And what about you?

Musa: I'm studying engineering. Maybe we'll have a class together.

Fatma: Definitely. It would be great to have a friend like you in class together.

MANENO MAPYA- NEW WORDS

Habari: Hello, hi, how are you?

Salama: Fine, okay, safe.

Jina langu ni: My name is

Natoka: I am from

Umri: age

Mwanafunzi: Student

Chuo Kikuu: University

Kazi: Job, work

Unasomea: What are you studying/pursuing

Kozi: Course

Uhandisi: Engineering

Sheria: Law

Somo: Class, lesson

Rafiki: Friend

Darasa: Class

ZOEZI 1

1a. Translate the following sentences from Swahili to English:

1. Jina langu ni Musa.
2. Mimi ni mwanafunzi katika Chuo Kikuu cha Dar es Salaam.
3. Unasomea kozi gani katika chuo kikuu?
4. Mimi natoka Mombasa.

1b. Complete the dialogue by filling in the missing parts:

Musa: Habari yako?

Fatma: _____, _____?

Musa: Salama, asante. Jina langu ni Musa, Jina lako ni _____?

Fatma: Mimi ni Fatma. _____ kukutana nawe, Musa.

Musa: _____ kukutana nawe pia, Fatma. Unatoka _____?

Fatma: Mimi natoka Mombasa, na wewe?

Musa: Mimi natoka _____. Una umri gani?

Fatma: Mimi nina miaka ishirini na mitano. Na wewe?

Musa: Mimi nina miaka ishirini na minane. Unafanya kazi gani?

Fatma: Mimi ni mwanafunzi katika Chuo Kikuu cha Dar es Salaam. Na wewe?

Musa: Mimi pia ni mwanafunzi katika Chuo Kikuu cha Dar es Salaam. Unasomea kozi gani katika chuo kikuu?

Fatma: Mimi nasomea sheria. Na wewe unasomea nini?

Musa: Mimi nasomea uhandisi. _____ tutakuwa na somo pamoja!

Fatma: _____. Itakuwa vizuri sana kuwa na rafiki kama wewe pamoja darasani.

DIALOGUE 2

Ratiba ya kila siku – Daily routine

A conversation between two friends, Juma and Amina. They are catching up on their daily routines.

Juma: Habari za asubuhi Amina.

Amina: Nzuri sana Juma. U hali gani?

Juma: Nzuri, asante.

Amina: Wewe hufanya nini kila siku?

Juma: Kila siku huwa naenda kazini saa mbili asubuhi na kurudi nyumbani saa kumi jioni. Baada ya hapo, mimi hupumzika na kula chajio na familia yangu.

Amina: Mimi huamka mapema kila asubuhi kufanya usafi kisha naenda kazini saa tatu asubuhi. Baada ya kazi, huwa napika chajio kwa ajili ya familia yangu na kupiga gumzo nao.

Juma: Hiyo ni nzuri. Je, wewe hufanya nini baada ya hapo?

Amina: Baada ya kula chajio, mimi hupumzika na kusoma kitabu au kutazama televisheni.

Juma: Mimi pia hupenda kusoma kitabu kabla ya kulala. Hilo ni jambo zuri. Nimefurahi kukutana nawe leo.

Amina: Nami pia nimefurahi kukutana nawe Juma.

Juma: Kwaheri!

Amina: Kwaheri!

English Translation

Juma: Good morning Amina.

Amina: Good morning Juma. How are you?

Juma: I'm fine, thank you.

Amina: What do you do every day?

Juma: I go to work at 8 am and come back home at 6 Pm every day. After that, I rest and have dinner with my family.

Amina: Every day I wake up early in the morning to do some cleaning. I then go to work at 9 am. After work, I cook dinner for my family and talk with them.

Juma: That's nice. What do you do after that?

Amina: After dinner, I relax and read a book or watch TV.

Juma: I also like to read a book before going to bed. That's a good thing. I'm glad to have met you today.

Amina: I'm also glad to have met you Juma.

Juma: Goodbye!

Amina: Goodbye!

MANENO MAPYA- NEW WORDS

Habari za asubuhi: Good morning

Nzuri sana: Very good/nice

U hali gani? How are you?

Kila siku: Every day

Kwenda kazini: To go to work

Saa mbili asubuhi: 8 o'clock in the morning

Kurudi nyumbani: To return home

Saa kumi jioni: 4 o'clock in the evening

Pumzika: Rest/relax

Kula chakula cha jioni: Eat dinner

Familia yangu: My family

Huamka: Wake up(habitual)

Kufanya usafi: To Clean

Saa tatu asubuhi: 9 o'clock in the morning

Napika: I cook

Kupiga gumzo nao: Talk with them

Baada ya: After

Hapo: There

Kusoma kitabu: Read a book

Kutazama televisheni: To watch TV

Jambo zuri: Good thing

Nimefurahi kukutana nawe: Nice to meet you (literally: I am happy to have met you)

Kwaheri: Goodbye

ZOEZI 2

2a: Fill in the missing words:

Juma: Habari za_____Amina.

Amina: Nzuri sana Juma. U hali_____?

Juma: Nzuri,_____.

2b. Create a simple daily routine dialogue.

DIALOGUE 3

Kuunda urafiki- Making friendships
The dialogue is between two new acquaintances, Rahma and Aisha, who are getting to know each other. They discuss various things like where they live and their hobbies. They also make plans to go to Mwalimu Nyerere's park together on Saturday. They exchange contact information and agree to meet at 6AM.

Rahma: Habari yako?
Aisha: Nzuri. U hali gani?
Rahma: Salama. Jina langu ni Rahma, nimefurahi kukutana nawe.
Aisha: Jina langu ni Aisha, nami pia nimefurahi kukutana nawe.
Rahma: Unaishi wapi?
Aisha: Ninaishi katika eneo la Kinondoni. Wewe?
Rahma: Mimi ni mkaazi wa Mbezi Beach. Nimefurahi kuwa na rafiki mpya.
Aisha: Mimi pia nimefurahi kuwa na rafiki mpya. Unapenda kufanya nini katika wakati wako wa ziada?
Rahma: Mimi napenda kusoma vitabu, kutazama filamu na kusikiliza muziki. Wewe?
Aisha: Mimi napenda kusoma vitabu, kusikiliza muziki na kwenda kutembea katika maeneo mapya. Ungependa twende wapi pamoja?
Rahma: Ningependa kutembea kwenye bustani ya Mwalimu Nyerere. Lina mandhari mazuri sana.
Aisha: Hilo ni wazo zuri sana. Tutakwenda siku gani?
Rahma: Jumamosi ijayo ni nzuri kwangu. Wewe?
Aisha: Jumamosi ni sawa. Tunaweza patana saa kumi na mbili asubuhi?

Rahma: Ni sawa, nitakuwa hapo saa kumi na mbili asubuhi. Nitatumia basi na nitakuelekeza njia ya kufika. Tutaonana baadaye.
Aisha: Tutaonana baadaye. Asante sana.

English translation
Rahma: How are you?
Aisha: I'm good. How about you?
Rahma: I'm fine. My name is Rahma, nice to meet you.
Aisha: My name is Aisha, nice to meet you too.
Rahma: Where do you live?
Aisha: I live in the Kinondoni area. And you?
Rahma: I live in Mbezi Beach. I'm glad to have a new friend.
Aisha: I'm also glad to have a new friend. What do you like to do during your free time?
Rahma: I like reading books, watching movies and listening to music. How about you?
Aisha: I like reading books, listening to music, and going for walks in new places. Where would you like us to go?
Rahma: I would like to go for a walk in Mwalimu Nyerere Park. It has a very beautiful landscape.
Aisha: That's a great idea. When shall we go?
Rahma: Next Saturday is okay by me. How about you?
Aisha: Saturday is fine. Can we meet at 6AM?
Rahma: It's okay, I'll be there by 6AM. I'll use the bus and give you the directions to get there. See you later.
Aisha: See you later. Thank you very much.

MANENO MAPYA- NEW WORDS

eneo la Kinondoni - Kinondoni area

kutumia basi - to use a bus

kuunda urafiki - to make friends

mandhari mazuri - beautiful scenery

mkaazi - resident

11

njia ya kufika - route to get there

rafiki mpya - new friend

ZOEZI 3

1.Match the Swahili phrases with their English translations:

Kiswahili	English
1.Habari yako?	a. Where do you live?
2.Nzuri. U hali gani?	b. I will be there by 6am.
Mimi ni mkazi wa Mbezi Beach	ch. I like reading books, watching movies, and listening to music.
3.Unaishi wapi	d. Where would you like us to go?
4.Napenda kusoma vitabu, kutazama filamu, na kusikiliza muziki	dh. How are you?
5.Ungependa twende wapi pamoja	e. Good. How about you?
6.Nitakuwa hapo saa kumi na mbili asubuhi	f. I am a resident of Mbezi Beach.

DIALOGUE 4.

Familia (i) – Family (i)

Alice and Jane are having a conversation about their families. Alice mentions that she has a lot of relatives because she comes from a large family. Jane's family, however, is smaller: It consists of her mother, father and brother. They both agree that family is important regardless of its size.

Alice: Habari yako Jane?

Jane: Nzuri, asante. Salama?

Alice: Salama. Ninafikiria juu ya familia yangu leo. Unajua familia yangu ni kubwa sana na inajumuisha ndugu zangu wengi.

Jane: Kweli? Kina nani wapo katika familia yako?

Alice: Kuna wazazi wangu, kakangu, dada zangu wawili na babu na bibi yangu. Pia, ninao binamu wengi na jamaa wengine.

Jane: Hiyo ni familia kubwa! Je, unapenda kuwa na familia kubwa?

Alice: Ndiyo, napenda sana kuwa na familia kubwa. Tunapata fursa nyingi za kuungana kwa sherehe na vyakula vya pamoja. Ni jambo zuri kuwa na watu wengi karibu yako ambao wanakujali na kukufahamu vizuri.

Jane: Naelewa kabisa. Familia yangu ni ndogo. Imebeba wazazi wangu na mdogo wangu pekee. Lakini tunafurahia kuwa pamoja kila wakati.

Alice: Ni kweli, familia ndogo pia ni muhimu. Unaweza kuwa na uhusiano mzuri na kuwa karibu zaidi na watu wa familia yako. Kwa njia hiyo, mnaweza kuweka uhusiano wa karibu na kuwasaidia kwa urahisi wakati wowote wanapohitaji msaada.

Jane: Ndio, hilo ni kweli kabisa. Familia ni muhimu sana katika maisha yetu.

English translation
Alice: How are you Jane?
Jane: I'm fine, thank you. How about you?
Alice: I'm good. I'm thinking about my family today. You know, my family is very large. I have a lot of relatives.
Jane: Really? How many family members do you have?
Alice: My parents, brother, my two sisters and my grandparents. I also have a lot of cousins and other relatives.
Jane: That's a big family! Do you like having a large family?
Alice: Yes, I really love having a large family. We get several opportunities to gather for celebrations and have meals together. It's nice to have a lot of people around you who care for you and know you well.
Jane: I totally understand. My family is a bit small. There is only my mother, father and younger brother. But we enjoy being together all the time.
Alice: That's true, small families are also important. You can have a good and close relationship with your family members. In that way, you can maintain a closer relationship and easily help them whenever they need support.
Jane: Yes, that's absolutely true. Family is very important in our lives.

MANENO MAPYA- NEW WORDS

Jumuisha - include	**Mdogo wangu**- my younger sibling
Binamu - cousin	
Uhusiano - relationship	**Jamaa**- relatives
Sherehe - celebration	**Karibu** - close
Kukufahamu - to know you	**Kuwasaidia** - to help them
Dada- sister	**Msaada** - assistance
Kaka-brother	**Furahia** - enjoy
	Urahisishaji - facilitation

14

ZOEZI 4

1. Jaza nafasi tupu na maneno sahihi kutoka kwenye mazungumzo:

Alice: Habari_____, Jane?

Jane: Nzuri, asante. Salama?

Alice: Salama. Ninafikiria juu ya_____yangu leo. Unajua_____yangu ni kubwa sana na inajumuisha _____zangu wengi.

Jane: Kweli? Kina nani wapo katika_____yako?

Alice: Nina wazazi_____, kakangu, dada zangu wawili, _____na bibi yangu. Pia, ninao binamu wengi na _____wengine.

Jane: Hiyo ni_____kubwa! Je, unapenda kuwa na _____kubwa?

Alice: Ndiyo, napenda sana kuwa na_____kubwa. Tunapata fursa nyingi za kuungana kwa_____na vyakula vya pamoja. Ni jambo zuri kuwa na watu wengi _____ yako ambao wanakujali na kukufahamu vizuri.

Jane: Naelewa kabisa._____yangu ni ndogo. Imebeba wazazi wangu na mdogo wangu pekee. Lakini tunafurahia kuwa pamoja kila wakati.

Alice: Ni kweli,_____ndogo pia ni muhimu. Unaweza kuwa na uhusiano mzuri na kuwa_____zaidi na watu wa familia yako. Kwa njia hiyo, mnaweza kuweka uhusiano wa karibu na kuwasaidia kwa urahisi wakati wowote wanapohitaji msaada.

Jane: Ndio, hilo ni kweli kabisa._____ni muhimu sana katika maisha yetu.

DIALOGUE 5

Familia (ii) – Family (ii)

A conversation between a mother and her child. The child has just returned home from school. She greets the mother before asking about any plans for the evening. The mother tells the child that their uncle will be visiting. They are both excited

Mama: Habari yako mwanangu?
Mtoto: Nzuri sana mama. Shikamoo?
Mama: Marahaba. Ulikuwa wapi?
Mtoto: Nilienda shuleni kwa masomo yangu ya siku.
Mama: Vizuri sana. Leo jioni tunatarajia mgeni.
Mtoto: Mgeni gani mama?
Mama: Mjomba wako atakuja kututembelea.
Mtoto: Yule anayesoma katika Chuo Kikuu cha Nairobi?
Mama: Ndio, yeye. Tutafurahi kuwa na muda mzuri pamoja na familia yetu.
Mtoto: Ndiyo, nina furaha sana. Sisi ni familia nzuri sana.
Mama: Ndiyo, ni kweli. Tuna furaha kuwa na kila mmoja wetu. Tunamsubiri mjomba wako kwa furaha.

English transaltion
Mother: How are you my child?
Child: I'm doing very well mom. How are you?
Mother: I'm fine, thank you. Where were you?
Child: I went to school for my daily lessons.
Mothe: Very good. Tonight we are expecting a guest.
Child: Who is the guest mom?
Mother: Your uncle is coming to visit us.
Child: The one studying at the University of Nairobi?
Mother: Yes, him. We will be happy to spend some quality time with our family.
Child: Yes, I'm very happy. We are a very nice family.

Mother: Yes, that's true. We are happy to have each other. We are eagerly awaiting your uncle's arrival.

MANENO MAPYA

Habari: hello, how are you

Mwanangu: my child

Nzuri: good, well

Shikamoo: a respectful greeting in Swahili, meaning "I hold your feet"

Marahaba: a response to Shikamoo, meaning "thank you"

Nilienda: I went

Masomo: studies, lessons

Vizuri: very well

Leo: today

Jioni: evening

Tunatarajia: we are expecting

Mgeni: guest

Mjomba: uncle

Kututembelea: to visit us

Anayesoma: who is studying

Muda: time

Pamoja: together

Sisi: we

Furaha: happiness, joy

Kweli: true

Kila mmoja wetu: each one of us

Tutamsubiri: we will wait for him

ZOEZI 5

Fill in the blanks with the appropriate words or phrases:

Mama: Habari yako_____?

Mtoto: Nzuri sana mama. Shikamoo?

Mama: _____Ulikuwa wapi?

Mtoto: Nilienda shuleni kwa masomo yangu ya siku.

Mama: Vizuri sana. Leo jioni tunatarajia_____.

Mtoto: Mgeni gani mama?

Mama: Mjomba wako atakuja_____.

Mtoto: Yule anayesoma katika Chuo Kikuu cha Niarobi?

Mama: _____. Tutafurahi kuwa na muda mzuri pamoja na familia yetu.

Mtoto: Ndiyo, nina furaha sana. Sisi ni familia nzuri sana.

Mama: Ndiyo, ni kweli. Tuna furaha kuwa na kila mmoja wetu. Tunamsubiri_____kwa furaha.

DIALOGUE 6

Hotelini (i)- At the hotel (i)

A conversation between a hotel receptionist and a guest who wants to book a room.

Mgeni: Habari yako, ningependa kupata chumba.

Mhudumu: Nzuri sana. Karibu hotelini kwetu. Je, ungependa chumba cha aina gani?

Mgeni: Chumba cha kulala chenye kitanda kikubwa na bafu ndani.

Mhudumu: Sawa, tuna chumba cha aina hiyo. Tunaweza kukupa chumba cha kifahari zaidi au chumba cha kawaida. Je, ungependa kipi?

Mgeni: Chumba cha kawaida, tafadhali.

Mhudumu: Sawa, chumba chako kipo kwenye ghorofa ya pili. Naomba tu utupe taarifa ikiwa utahitaji kitu chochote kingine.

Mgeni: Sawa, Asante sana. Nikihitaji kitu kingine nitawaambia.

Mhudumu: Karibu sana. Utapata ufunguo wako na mfanyakazi atakusaidia kufika chumbani. Ninakutakia usiku mwema.

Mgeni: Asante, usiku mwema pia.

English transaltion

Guest: Hello, I would like to book a room.

Receptionist: Hello, welcome to our hotel. What kind of room would you like?

Guest: A room to sleep in, one with a large bed and a bathroom inside.

Receptionist: Alright, we have that kind of room. We can offer you a more luxurious room or a regular room, which one would you prefer?

Guest: A regular room, please.

Receptionist: Okay, your room is on the second floor. Please let us know if you need anything else.

Guest: Okay, thank you very much. I'll let you know if I need anything else.

Receptionist: You're very welcome. You will find your key, an employee will help you get to your room. Have a good night.

Guest: Thank you, good night to you too.

MANENO MAPYA

Mgeni - Guest
ningependa - I would like
kupata - to get
chumba - room
hotelini - at the hotel
kwetu - our place
aina - kind/type
Chumba cha kulala - Bedroom
chenye - with
kitanda - bed
kikubwa - large
bafu - bathroom
ndani - inside
mfanyakazi - employee

kifahari - luxurious
au - or
kawaida - regular
chako - your
kipo - is located
kwenye – on/in/at
ghorofa – floor
tu - just
taarifa - information
ikiwa - if
kitu chochote - anything
kingine - else
nikihitaji - If I need
ufunguo - key

ZOEZI LA 6

1. Answer the following questions
a. Mteja anataka chumba cha aina gani?
b. Chumba cha mgeni kipo katika ghorofa gani?

2. Write Ni kweli (true) or Si kweli (false)
a. Chumba cha mgeni kipo katika ghorofa ya nne.
b. Mgeni anataka chumba cha kifahari.
ch. Mgeni anataka chumba chenye kitanda kikubwa na bafu.

DIALOGUE 7

Hotelini (ii) – At the hotel (ii)

This dialogue takes place at a hotel reception desk where a guest arrives to check-in and receive their room key. The hotel attendant welcomes the guest and asks if they have made a reservation.

Mhudumu: Karibu sana katika hoteli yetu. Je, umehifadhi chumba hapa?

Mgeni: Ndiyo, nilihifadhi chumba hapa kwa jina la John Smith.

Mhudumu: Sawa. Nimekupata. Tafadhali nisaidie na pasipoti yako.

Mgeni: Hii hapa.

Mhudumu: Asante. Naomba ujaze hii fomu na utie saini.

Mgeni: *(Anajaza fomu na kutia saini)*

Mhudumu: Sawa, hii ndio nambari ya chumba chako cha kulala na ufunguo wake. Chumba chako kipo kwenye ghorofa ya pili. Naomba uwe mwangalifu na ufuate alama za maelekezo. Ukihitaji kitu chochote, tafadhali tujulishe. Karibu sana.

Mgeni: Asante sana.

English translation

Receptionist: Welcome to our hotel. Have you reserved a room here?

Guest: Yes, I reserved a room under the name John Smith.

Receptionist: Okay, here you are. Please help me with your passport.

Guest: Here it is.

Receptionist: Thank you. Please fill out this form and sign it.

Guest: *(fills out the form and signs it)*

21

Receptionist: Okay, here is your room key and the room number you will be staying in. Your room is on the second floor. Please be careful and follow the signs for directions. If you need anything, please let us know. Welcome.
Guest: Thank you very much.

MANENO MAPYA

Hoteli - Hotel
Kuhifadhi - To reserve
Jina - Name
Pasipoti - Passport
Fomu - Form
Saini - Signature

Alama za maelekezo - Direction signs
Hitaji - Need
Kuwasiliana -To communicate

ZOEZI LA 7

1. **Jaza nafasi tupu na maneno sahihi kutoka kwenye mazungumzo:**

Mhudumu: Karibu sana katika_____yetu. Je, umehifadhi_____hapa?
Mgeni: Ndiyo, nilihifadhi_____hapa kwa jina la John Smith.
Mhudumu: Sawa, nimekupata. Tafadhali nisaidie _____ yako.
Mgeni: Hii hapa.
Mhudumu: Asante. Naomba ujaze hii_____na kutia
_____.
Mgeni: (Anajaza fomu na kutia_____)
Mhudumu: Sawa, hii ndio nambari ya_____chako cha kulala na_____wake. Chumba chako kipo kwenye _____ya pili. Naomba uwe_____na ufuate alama za _____. Ukihitaji_____chochote, tafadhali tujulishe. Karibu sana.
Mgeni: Asante sana.

DIALOGUE 8

Hotelini (iii) – At the hotel (iii)

A dialogue between a hotel receptionist and a guest who is checking out.

Mhudumu: Habari ya asubuhi. Je, umefurahia katika kipindi chako cha kukaa hapa?

Mgeni: Ndiyo, nimefurahia sana. Ninaondoka leo.

Mhudumu: Sawa sawa. Naomba uweke ufunguo wako juu ya meza hii. Je, kuna kitu chochote cha ziada ambacho unahitaji?

Mgeni: Hapana, asante. Nimefurahia sana kukaa hapa.

Mhudumu: Asante kwa kuchagua hoteli yetu. Naomba uwe mwangalifu unapoondoka na usafiru salama. Karibu tena wakati wowote.

Mgeni: Asante sana. Kwaheri!

Mhudumu: Kwaheri!

English translation

Receptionist: Good morning. Did you enjoy your stay here?

Guest: Yes, I enjoyed it very much. I'm leaving today.

Receptionist: Okay. Please put your key on this table. Is there anything else you need?

Guest: No, thank you. I really enjoyed staying here.

Receptionist: Thank you for choosing our hotel. Please be careful as you leave and travel safely. You are welcome back anytime.

Guest: Thank you very much. Goodbye!

Receptionist: Goodbye!

MANENO MAPYA

Kipindi - period
Ninaondoka - I'm leaving
Ufunguo wako - Your key

Kitu chochote cha ziada - Anything else
Kukaa hapa - Staying here

Safari salama - Safe journey
Kuchagua - To choose

Mwangalifu - Careful
Karibu tena - Welcome again

ZOEZI 8

1. Write a short paragraph about your experience while staying in a hotel. Include details about your enjoyment, any additional requests or needs and your gratitude.

DIALOGUE 9

Kwenye mkahawa - At the restaurant

A dialogue between a customer and a waiter of a restaurant in Nairobi. A customer enters, he wants to have lunch. He inquires about a free table and chooses to sit outside. He requests to see the menu and expresses interest in trying Swahili dishes, specifically the rice and chicken dish.

Mteja: Habari ya mchana. Ningependa kula chakula cha mchana hapa. Je, mnayo meza wazi?

Mhudumu: Nzuri sana. Ndiyo, tunayo meza wazi. Karibu sana. Ungependa kukaa ndani au nje?

Mteja: Ningependa kukaa nje tafadhali.

Mhudumu: Sawasawa, tafadhali nifuate. Hapa ndipo meza zetu zilizopo. Ungetaka kuangalia menyu yetu?

Mteja: Ndiyo, tafadhali. Ningependa kuona aina ya vyakula kwenye menyu hiyo.

Mhudumu: Hii hapa menyu yetu. Tuna vyakula tofauti: vya kiswahili na vya kimataifa.

Mteja: Nimevutiwa na vyakula vya Kiswahili. Ningependa kujaribu sahani ya wali kwa kuku.

Mhudumu: Chaguo zuri! Ungependa kinywaji gani?

Mteja: Ningependa maji ya limau baridi tafadhali.

Mhudumu: Sawa, nimeelewa. Na je, ungependa kuongeza kitu kingine, kama vile saladi au mkate?

Mteja: Hapana, nashukuru. Nitala tu sahani ya wali kwa kuku.

Mhudumu: Vyema. Nitapeleka oda yako jikoni. Tafadhali subiri kidogo, chakula chako kitakuja hivi karibuni.

Mteja: Asante sana.

Mhudumu: Karibu sana. Kama utahitaji chochote au una maswali yoyote, tafadhali niambie. Nipo hapa kukuhudumia.

Mteja: Asante, nitakuita ikiwa nina swali lolote.

Mhudumu: Nzuri, natarajia kukuhudumia vizuri. Furahia chakula chako!
Mteja: Asante

English translation
Customer: Good afternoon. I would like to have lunch here. Do you have any free table?
Waiter: Good afternoon. Yes, we have free tables. Welcome. Would you like to sit inside or outside?
Customer: I would like to sit outside, please.
Waiter: Alright, please follow me. Here are our outdoor tables. Would you like to see our menu?
Customer: Yes, please. I would like to see the types of food on the menu.
Waiter: Here is our menu. We have a variety of Swahili and international dishes.
Customer: I'm interested in the Swahili dishes. I would like to try the rice and chicken.
Waiter: Great choice! What drink would you like to have?
Customer: I would like a chilled lemonade please.
Waiter: Alright, understood. Would you like to add anything else, like a salad or bread?
Customer: No, thank you. I'll just have the rice and chicken dish.
Waiter: Alright. I will take your order to the kitchen. Please wait a moment, your food will be served shortly.
Customer: Thank you very much.
Waiter: You are welcome. If you need anything or have any questions, please let me know. I'm here to serve you.
Customer: Thank you, I will call you if I have any questions.
Waiter: Great, I look forward to serving you well. Enjoy your meal!
Customer: Thank you.

MANENO MAPYA- NEW WORDS

chakula cha mchana - lunch
meza - table
wazi - available
kukaa - to sit
ndani - inside
nje - outside
menyu - menu
vyakula - food/dishes
sahani - dish
wali - rice
kuku - chicken

kinywaji - drink
maji ya limau - lemon water
kuongeza - to add
saladi - salad
mkate - bread
oda - order
subiri - to wait
furahia - enjoy
kukuhudumia - to serve you

ZOEZI 9

1. Answer the following questions in Swahili based on the conversation:
    1. Mteja anataka kukaa wapi?
    2. Mteja angependa kujaribu aina gani ya chakula?
    3. Mhudumu anauliza swali gani kuhusu kinywaji?
    4. Mteja anataka kinywaji gani?
2. Create a similar conversation between a customer and a waiter/waitress in a café. Use appropriate greetings, expressions and menu items.

DIALOGUE 10

Hospitalini – At the hospital.
A patient visits a doctor's office feeling unwell, experiencing severe headaches and fever. The doctor asks about the patient's condition. He checks their temperature and performs an examination.

Daktari: Habari yako? Vipi hali yako leo?
Mgonjwa: Sihisi vizuri, nina maumivu makali ya kichwa na homa.
Daktari: Sawa, nitapima joto lako na kukufanyia uchunguzi. Umekuwa ukitumia dawa yoyote kwa ajili ya maumivu haya?
Mgonjwa: Ndio, nimejaribu kutumia parasitamoli lakini haifanyi kazi.
Daktari: Nimepima joto lako na liko juu. Pia, nimeona dalili za homa na maumivu ya kichwa. Nitakupatia dawa za kutuliza maumivu na kupunguza homa. Ni muhimu ujipumzishe na unywe maji mengi ili kusaidia mwili wako kupambana na maambukizi.
Mgonjwa: Asante daktari. Ni nini chanzo cha hali yangu?
Daktari: Inaonekana kama una mafua au homa ya kawaida. Ninakuhimiza ufuate mapendekezo yangu ya kujitunza na iwapo hautapata nafuu, tutafikiria upimaji zaidi na matibabu.
Mgonjwa: Nitafanya hivyo. Asante sana, daktari.
Daktari: Karibu sana. Nakutakia upone haraka.
Mgonjwa: Asante.

English translation
Doctor: How are you? How are you feeling today?
Patient: I'm not feeling well. I have severe headache and a fever.

Doctor: Okay, I will check your temperature and do an examination. Have you been taking any medication for these pains?

Patient: Yes, I tried using paracetamol, but it's not working.

Doctor: I've taken your temperature; it is slightly high. I've also noticed symptoms of fever and headache. I will prescribe medication to relieve the pain and reduce the fever. It is also important for you to rest and drink plenty of water to help your body fight off the infection.

Patient: Thank you doctor. What could be the cause of my condition?

Doctor: It seems like you have a common cold or fever. I urge you to follow my self-care recommendations and if your condition doesn't improve, we can consider further testing and treatment.

Patient: I will do that. Thank you very much doctor.

Doctor: You're very welcome. I wish you a speedy recovery.

Patient: Thank you.

MANENO MAPYA

Daktari: Doctor
Hali: Condition
Maumivu: Pain
Kichwa: Head
Homa: Fever
Uchunguzi: Examination
Dawa: Medication
Parasitamoli: Paracetamol
Joto: Temperature
Dalili: Symptoms

Kutuliza: To relieve
Punguza: Reduce
Chanzo: Cause
Mafua: Common cold
Mapendekezo: Recommendations
Kujitunza: Self-care
Upimaji: Testing
Matibabu: Treatment
Upone: You heal

1. Translate the following sentences from Swahili to English:

   a) **Daktari:** Habari yako?

   b) **Mgonjwa:** Sihisi vizuri, nina maumivu makali ya kichwa na homa.

   c) **Daktari:** Sawa, nitapima joto lako na kukufanyia uchunguzi.

   d) **Mgonjwa:** Ndio, nimejaribu kutumia parasitamoli lakini haifanyi kazi.

DIALOGUE 11

Katika Duka la Dawa – At the Pharmacy

In this dialogue, a patient visits the pharmacy to purchase medication after receiving a prescription from the doctor. The patient interacts with the pharmacist, providing necessary information and discussing the prescribed medicine.

Mgonjwa: Habari ya leo? Nimekuja kununua dawa baada ya kupata maagizo kutoka kwa daktari.

Muuza Dawa: Nzuri sana, karibu. Tunafurahia kukuhudumia. Ni dawa gani ulizoagizwa na daktari?

Mgonjwa: Daktari aliniagizia dawa ya Antibiotiki kwa ajili ya maambukizi ya koo.

Muuza Dawa: Sawa, naomba niangalie agizo lako. Jina lako kamili na tarehe ya kuzaliwa?

Mgonjwa: Jina langu ni Jane Mwema na tarehe yangu ya kuzaliwa ni tarehe 15, Januari, 1985.

Muuza Dawa: Asante Jane. Nimepata agizo lako. Daktari amekuagizia dawa ya Amoxicillin. Je, umewahi kuitumia hapo awali?

Mgonjwa: Hapana, hii itakuwa mara yangu ya kwanza kutumia dawa hiyo.

Muuza Dawa: Hamna tatizo. Nitakupa maelezo ya matumizi sahihi na pia kukuambia kuhusu athari zinazoweza kujitokeza. Ni vizuri kuichukua dawa hii mara mbili kwa siku, asubuhi na jioni kwa siku saba.

Mgonjwa: Asante kwa maelezo hayo. Je, kuna chochote kingine ambacho ninahitaji kujua?

Muuza Dawa: Ndio, kuna baadhi ya athari za kawaida zinazoweza kujitokeza kama vile kichefuchefu, maumivu ya tumbo au kuendesha. Ikiwa athari hizi zitakuwa mbaya au zinaendelea, ni vizuri kuwasiliana na daktari wako.

31

Mgonjwa: Nimeelewa. Naomba nipewe dawa hiyo pamoja na orodha ya maelezo ya matumizi.
Muuza Dawa: Hakuna shida. Hii hapa dawa yako na orodha ya maelezo ya matumizi. Ikiwa una maswali yoyote au wasiwasi, tafadhali jisikie huru kuuliza.
Mgonjwa: Asante sana kwa msaada wako na ushauri. Ninauthamini sana.
Muuza Dawa: Karibu sana. Tuko hapa kukuhudumia. Usisahau kuchukua dawa kama ilivyoelekezwa. Nakutakia upate nafuu haraka.
Mgonjwa: Asante tena. Nitafanya hivyo.

English translation
Patient: Good day. I have come to buy medicine after receiving a prescription from the doctor.
Pharmacist: Very well, welcome. We are pleased to serve you. What medicine did the doctor prescribe for you?
Patient: The doctor gave me a prescription of an antibiotic for throat infection.
Pharmacist: Alright, may I see your prescription? What is your full name and date of birth?
Patient: Yes. My name is Jane Mwema, and my date of birth is January, 15, 1985.
Pharmacist: Thank you Jane. I have found your prescription. The doctor has prescribed Amoxicillin for you. Have you ever used it before?
Patient: No, this will be my first time using that medicine.
Pharmacist: No problem. I will give you the proper usage instructions and also inform you about the possible side effects. It is advisable to take this medicine twice a day, in the morning and evening, for seven days.
Patient: Thank you for the information. Is there anything else I need to know?

Pharmacist: Yes, there are some common side effects that may occur, such as nausea, stomach pain or diarrhea. If these side effects worsen or persist, it is advisable to contact your doctor.

Patient: I understand. May I have the medicine along with the list of usage instructions?

Pharmacist: No problem. Here is your medicine and the list of usage instructions. If you have any questions or concerns, please feel free to ask.

Patient: Thank you very much for your assistance and advice. I greatly appreciate it.

Pharmacist: You're very welcome. We are here to serve you. Remember to take the medicine as directed. I wish you a speedy recovery.

Patient: Thank you again. I will do so.

MANENO MAPYA

Mgonjwa - Patient

Muuza Dawa - Pharmacist

Daktari - Doctor

Maagizo - Prescription

Antibiotiki - Antibiotic

Maambukizi - Infection

Agizo - Prescription

Jina lako kamili - Your full name

Tarehe ya kuzaliwa - Date of birth

Kuitumia - To use it

Athari - Side effects

Kichefuchefu - Nausea

Maumivu ya tumbo - Stomach pain

Kuendesha - Diarrhea

Orodha - List

Maswali - Questions

Wasiwasi - Concerns

Ushauri - Advice

Upate nafuu - Get well

Nitafanya hivyo - I will do

ZOEZI 12

1. Answer the following questions in Swahili based on the dialogue:

33

a) Mgonjwa amekuja kufanya nini?

b) Daktari alimuagizia mgonjwa dawa gani?

e) Mgonjwa amewahi kutumia dawa ya Amoxicillin hapo awali?

DIALOGUE 13

Kwenye Kiliniki ya meno – At a dental clinic

A dialogue between a dentist and patient who has visited the dental clinic due to severe tooth pain.

Daktari wa meno: Habari yako? Karibu kwenye kliniki ya meno. Una tatizo gani?

Mgonjwa: Asante. Nimekuja kwa sababu nina maumivu makali kwenye jino langu.

Daktari wa meno: Sawa, nitafanya uchunguzi kwenye jino lako. Kwanza, unaweza kunieleza maumivu yalianza lini?

Mgonjwa: Nimekuwa na maumivu kwa siku kadhaa sasa.

Daktari wa meno: Sawasawa. Nitafanya uchunguzi kwa kutumia vifaa vya kitaalamu ili kujua tatizo ni nini. Naona kuna shimo kwenye jino lako. Nitalisafisha na kujaza shimo kwa muda mfupi.

Mgonjwa: Je! Nitahisi maumivu wakati wa kusafisha na kujaza shimo?

Daktari wa meno: Kutakuwa na maumivu kidogo wakati wa kusafisha na kujaza shimo, lakini nitakupatia dawa za kupunguza maumivu ili kukusaidia kuhimili.

Mgonjwa: Sawa. Nitafanya nini ili kuzuia maumivu kwenye jino langu baadaye?

Daktari wa meno: Ni muhimu kufuata ushauri wa kuzuia magonjwa ya meno kwa kusafisha meno yako mara kwa mara na kutumia mswaki unaofaa. Pia, unapaswa kuepuka kula vyakula vyenye sukari nyingi na kusafisha meno yako mara baada ya kula.

Mgonjwa: Asante sana daktari wa meno.

Daktari wa meno: Karibu sana. Hakikisha kuwa unatunza afya ya meno yako na uendelee kuwa salama.

English translation

Dentist: How are you? Welcome to the dental clinic. What seems to be the problem?

Patient: Thank you. I've come because I have severe pain in my tooth.

Dentist: Alright, I will examine your tooth. First, can you tell me when the pain started?

Patient: I've had the pain for a few days now.

Dentist: Okay. I will conduct an examination using a specialized equipment to determine the issue. I see there is a cavity in your tooth. I will clean and fill it in a short time.

Patient: Will I feel pain during the cleaning and filling process?

Dentist: There might be slight discomfort during the cleaning and filling, but I will give yoy a pain-relief medicine to help you tolerate it.

Patient: Okay. What can I do to prevent tooth pain in the future?

Dentist: It is important to follow preventive dental care advice by regularly cleaning your teeth and using an appropriate toothbrush. You should also avoid consuming foods with high sugar content and brush your teeth immediately after eating.

Patient: Thank you very much dentist.

Dentist: You're very welcome. Make sure you take care of your dental health and stay safe.

MANENO MAPYA

Daktari wa meno: Dentist
Kliniki ya meno: Dental clinic
Maumivu: Pain
Jino: Tooth
Uchunguzi: Examination
Vifaa vya kitaalamu: Specialized equipment
Shimo: Cavity
Kusafisha: Cleaning
Kujaza: Filling
Ushauri: Advice
Kuzuia: Prevent
Magonjwa ya meno: Dental diseases
Mswaki: Toothbrush
Sukari: Sugar
Kuwa salama: Stay safe

ZOEZI 13

1. Answer the following questions in Swahili based on the dialogue:

a) Ni nani anazungumza kwenye kliniki ya meno?

b) Mgonjwa amekuja kwenye kliniki ya meno kwa sababu gani?

c) Daktari wa meno atafanya nini kwanza ili kutambua tatizo la mgonjwa?

d) Mgonjwa amekuwa na maumivu kwa muda gani?

e) Ni ushauri gani daktari wa meno anatoa ili kuzuia maumivu kwenye jino baadaye?

DIALOGUE 14

Kuongea na nesi- Talking with a nurse
This dialogue takes place in a hospital where a nurse is attending to a patient named John who is experiencing severe chest pain. The nurse engages in a conversation with John to gather information about his condition and provide reassurance.

Nesi: Habari yako? Jina lako nani?
Mgonjwa: Jina langu ni John. Ninasumbuliwa na maumivu makali ya kifua.
Nesi: Pole sana John. Tutajitahidi kukusaidia. Maumivu yalianza lini?
Mgonjwa: Maumivu yalianza jana jioni na yamekuwa yakiongezeka tangu wakati huo.
Nesi: Sawa, nimekusikia. Tutafanya uchunguzi ili kubaini chanzo cha maumivu hayo. Nitakupima joto na shinikizo la damu. Pia, nitawasiliana na daktari wako kuhusu hali yako.
Mgonjwa: Asante. Nimekuwa nikipata ugumu wa kupumua pia.
Nesi: Tutakuhakikishia kupata matibabu sahihi. Kwa sasa, nitakupa dawa za kupunguza maumivu na kukusaidia kupumua vizuri. Je, una swali lolote au kitu kingine cha kuniambia?
Mgonjwa: Ndio, ningependa kujua ni vipi nitaweza kupona haraka.
Nesi: Tutakufuatilia kwa karibu na kuhakikisha kuwa unapata matibabu yanayofaa. Ni muhimu pia kufuata maelekezo ya daktari wako na kuchukua dawa kwa wakati uliopangwa. Tunatumai utapona haraka na kurudi katika hali nzuri.
Mgonjwa: Asante sana kwa kunijali. Natumai nitapata nafuu hivi karibuni.
Nesi: Tuko hapa kukusaidia. Endelea kutia moyo. Tutafanya kila tuwezalo kukusaidia kupona.

Mgonjwa: Asante. Naomba tu nipate nafuu haraka.

Nesi: Tutajitahidi sana kukusaidia. Tuko hapa kukutunza. Natumai utapona haraka.

Mgonjwa: Asante!

English translation

Nurse: How are you? What's your name?

Patient: My name is John. I'm experiencing severe chest pain.

Nurse: I'm very sorry John. We will do our best to help you. When did the pain start?

Patient: The pain started yesterday evening and has been persistent.

Nurse: Alright, I've heard you. We will conduct an examination to determine the cause of your pain. I will take your temperature and blood pressure. I will also communicate with your doctor about your condition.

Patient: Thank you. I've also been having difficulty in breathing.

Nurse: We will ensure you receive appropriate treatment. For now, I will give you medication that will relieve your pain and help you breathe properly. Do you have any other question or anything else you'd like to tell me?

Patient: Yes, I would like to know how I can recover quickly.

Nurse: We will closely monitor you and ensure you receive proper treatment. It is also important to follow your doctor's instructions and take medication as scheduled. We hope you will recover quickly and return to good health.

Patient: Thank you very much for caring. I hope to get better soon.

Nurse: We are here to help you. Stay strong. We will do everything we can to assist you in your recovery. Feel free to ask any question.

Patient: Thank you for your dedication. I just want to get well soon.

Nurse: We will make every effort to assist you. We are here to take care of you. I hope you will recover soon.
Patient: Thank you!

MANENO MAPYA

Maumivu: Pain
Kifua: Chest
Pole sana: I'm very sorry/I sympathize with you
Jana jioni: Yesterday evening
Kipimo: Measurement/test
Joto: Temperature
Shinikizo la damu: Blood pressure
Ugumu wa kupumua: Difficulty in breathing

Matibabu: Treatment
Dawa: Medicine
Kupona: To recover
Karibu: Closely
Maelekezo: Instructions
Nafuu: Improvement/recovery
Kutia moyo: Strong heart/courage
Kukutunza: To take care of you

ZOEZI 14

1. Fill in the blanks with the appropriate words:

Nesi: Habari yako? Jina lako ni_____?
Mgonjwa: Jina langu ni John. Ninasumbuliwa na maumivu _____ya kifua.
Nesi: Pole sana, John. Tutajitahidi_____. Maumivu yalianza_____?

2. Answer the following questions in Swahili based on the dialogue:

a) Mgonjwa anasumbuliwa na nini?

c) Nesi atafanya nini ili kubaini chanzo cha maumivu ya mgonjwa?

d) Ni dalili gani nyingine ambayo mgonjwa ameelezea?

e) Nesi anatoa ushauri gani kwa mgonjwa ili apone haraka?

DIALOGUE 15

Sokoni- At the market

This dialogue takes place at a vegetable market where a customer is looking to buy some vegetables. The customer engages in conversation with the vendor to inquire about the available types of vegetables and their location. The vendor lists various vegetables and where to find them.

Mteja: Habari? Ningependa kununua mboga. Unauza aina gani za mboga?

Muuzaji: Nzuri sana. Tuna aina mbalimbali za mboga kama vile nyanya, pilipili, vitunguu, karoti na viazi vitamu. Ungependa kununua aina gani?

Mteja: Ningependa kununua nyanya, vitunguu na pilipili. Ziko wapi?

Muuzaji: Nyanya ziko upande wa kulia, vitunguu viko katikati na pilipili ziko upande wa kushoto. Unataka kiasi gani?

Mteja: Ningependa kununua kilo mbili za nyanya, kilo moja ya vitunguu na kilo robo ya pilipili.

Muuzaji: Sawa, nitakupimia na kukupa bei yake. Tafadhali subiri kidogo.

(Muuzaji anapima mboga na kumpa mteja)

Muuzaji: Hivi hapa, vitunguu kilo moja, nyanya kilo mbili na pilipili kilo robo. Bei yake ni shilingi elfu tatu.

Mteja: Sawa, nimezipenda mboga hizi na bei yake ni nafuu. Nitazichukua zote. Ninaweza kulipa kutumia M-pesa?

Muuzaji: Asante sana. Unaweza kulipa kutumia M-pesa. Lipa hapa.

(Mteja analipa na kuchukua mboga)

Mteja: Asante sana kwa huduma nzuri. Nitajaribu kurudi tena kununua mboga kutoka kwako.

Muuzaji: Asante kwa kununua kwetu. Karibu tena wakati wowote.

English Translation

Customer: Hello, I would like to buy vegetables. What kind of vegetables do you sell?

Vendor: Very good. We have various types of vegetables such as tomatoes, peppers, onions, carrots, and sweet potatoes. What kind would you like to buy?

Customer: I would like to buy tomatoes, onions and peppers. Where are they?

Vendor: Tomatoes are on the right side, the onions are in the middle and the peppers are on the left side. How much would you like to buy?

Customer: I would like to buy two kilograms of tomatoes, one kilogram of onions, and a quarter kilogram of peppers.

Vendor: Alright, I will weigh them and give you the price. Please wait a moment.

(The vendor weighs the vegetables and gives them to the customer)

Vendor: Here you go, one kilogram of onions, two kilograms of tomatoes, and a quarter kilogram of peppers. The price is three thousand shillings.

Customer: Okay. I like these vegetables, they are very affordable. I will take all of them. Can I pay using M-Pesa?

Vendor: Thank you very much. You can pay using M-Pesa. Pay here.

(Customer pays and takes the vegetables)

Customer: Thank you very much for the excellent service. I will try and come back to buy vegetables from you.

Vendor: Thank you for shopping with us. You're welcome anytime.

MANENO MAPYA

Mteja: Customer   **Mboga:** Vegetables
Kununua: To buy   **Aina:** Type/kind

Muuzaji: Vendor/seller
Nzuri sana: Very good
Nyanya: Tomatoes
Pilipili: Peppers
Vitunguu: Onions
Kiasi: Quantity/amount
Kilo: Kilogram
Bei: Price
Elfu tatu: Three thousand
(currency unit in this
context)

Nafuu:
Affordable/reasonable
M-Pesa: A mobile
payment service
Lipa: To pay
Huduma nzuri: Excellent
service
Kurudi tena: welcome
again

ZOEZI 15

1.Match the vegetables with their Swahili names:

1.	Nyanya	a. Sweet potatoes
2.	Pilipili	b. Tomato
3.	Vitunguu	c. Pepper
4.	Karoti	d. Onions
5.	Viazi vitamu	e. Carrot

2. Answer the following questions based on the dialogue:

a) Mteja anataka kununua aina gani za mboga?

b) Nyanya, vitunguu, na pilipili ziko wapi dukani?

c) Mteja anataka kununua kiasi gani cha kila mboga?

e) Mteja anauliza ikiwa anaweza kulipa kwa njia gani?

44

DIALOGUE 16

Kwenye duka la nguo. – At the clothes store

A customer is interested in buying a pair of trousers. He inquires about the available types and their prices.

Mteja: Habari, ningependa kununua suruali. Una aina gani za suruali na bei zao ni ngapi?
Muuzaji: Nzuri sana. Tunauza aina mbalimbali za suruali. Kuna suruali za khaki, za kawaida na za mitindo mbalimbali. Bei zao zinategemea aina ya suruali unayotaka kununua. Unataka aina gani?
Mteja: Ningependa kununua suruali ya khaki yenye rangi ya buluu.
Muuzaji: Suruali za khaki ziko upande wa kulia wa duka letu. Tafadhali nifuate.
(Wanatembea kuelekea eneo la suruali za khaki)
Muuzaji: Hizi hapa suruali za khaki. Ya buluu ndiyo hii.
Mteja: Ningependa kuijaribu ili nione kama inanitosha vizuri.
Muuzaji: Sawa, chumba cha kujipima kipo upande wa kulia.
(Mteja anaingia katika chumba cha kujipima na kuijaribu suruali)
Mteja: Inanitosha vizuri sana. Ningependa kununua suruali hii. Ni pesa ngapi?
Muuzaji: Suruali hii ni shilingi elfu thelathini. Unaweza kulipa kwa pesa taslimu au kwa kutumia kadi ya benki.
Mteja: Nipunguzie bei tafadhali.
Muuzaji: Sawa unaweza kulipa shilingi elfu ishirini na saba.
Mteja: Sawa, asante sana. Nitalipa kwa pesa taslimu. *(anatoa pesa na kumkabidhi muuzaji)*
Muuzaji: Sawa, hii hapa suruali yako. Asante kwa kununua kwetu. Karibu tena.
Mteja: Asante kwa huduma nzuri.

Muuzaji: Ukihitaji nguo yoyote njoo kwenye duka letu la nguo.
Mteja: Sawa. Kwaheri!
Muuzaji: Kwaheri!

English Translation
Customer: Hello, I would like to buy a pair of trousers. What types of trousers do you have and how much do they cost?
Seller: Good day. We sell different types of trousers. We have khaki trousers, regular trousers and trousers with different styles. The prices depend on the type of trousers you want to buy. What type are you interested in?
Customer: I would like to buy a pair of blue khaki trousers.
Seller: The khaki trousers are on the right side of our shop. Please follow me.
(They walk towards the khaki trousers section)
Seller: Here are the khaki trousers. Here is a blue one.
Customer: I would like to try it on and see if it fits me well.
Seller: Alright, the fitting room is on the right side.
(The customer enters the fitting room and tries on the trousers)
Customer: It fits me very well. I would like to buy this pair of trousers. How much does it cost?
Seller: This pair costs thirty thousand shillings. You can pay with cash or using a bank card.
Customer: Please give me a discount on the price.
Seller: Okay, you can pay twenty-seven thousand shillings.
Customer: Alright, thank you. I will pay in cash.
(hands over the money to the seller)
Seller: Okay, here is your trousers. Thank you for shopping with us. Welcome again.
Customer: Thank you for the excellent service.
Seller: If you need any other clothing, visit our clothing store.
Customer: Okay. Goodbye!
Seller: Goodbye!

MANENO MAPYA

Suruali: Trousers
Aina: Type
Bei: Price
Khaki: Khaki
Buluu: Blue
Duka: Shop
Mitindo: Styles

Kujipima: To try on
Nipunguzie: Reduce (ie.
The price)
Pesa taslimu: Cash
Kadi ya benki: Bank card
Elfu: Thousand
Nguo: Clothes

ZOEZI 16

1. Match the Swahili words on the left with their corresponding English translations on the right:

1.	Habari	a.	Goodbye!
2.	Suruali	b.	Trousers
3.	Aina	c.	Price.
4.	Bei	d.	Types
5.	buluu	e.	How much?
6.	Kujipima	f.	Hello!
7.	Kwaheri	h.	To try on
8.	Unataka	i.	Blue

2. Answer the following questions in Swahili based on the dialogue:

a) Mteja anataka kununua nini?

b) Kuna aina gani za suruali ambazo muuzaji anauza?

d) Mteja anataka kulipa kwa njia gani?

e) Baada ya mazungumzo, ni bei gani ya suruali iliyopunguzwa ambayo mteja amekubali?

3. Fill in the blanks with the appropriate Swahili words from the dialogue:

Mteja: Habari, ningependa kununua_____. Una aina gani za_____na bei yake ni ngapi?

Muuzaji: Nzuri sana, tunauza aina mbalimbali za_____. Kuna_____za khaki, za kawaida na za mitindo mbalimbali. Bei zao zinategemea aina ya_____unayotaka kununua. Unataka aina gani?

Mteja: Ningependa kununua_____ya khaki yenye rangi ya buluu?

Muuzaji:_____za khaki ziko upande wa kulia wa duka letu. Tafadhali nifuate.

(Wanatembea kuelekea eneo la_____za khaki)

Muuzaji: Hizi hapa_____za khaki. Ya buluu ndiyo hii.

Mteja: Ningependa kuijaribu ili nione kama inanitosha vizuri.

Muuzaji: Sawa, chumba cha_____kipo upande wa kulia.

(Mteja anaingia katika chumba cha_____na kuijaribu _____)

Mteja: Inanitosha vizuri sana. Ningependa kununua _____ hii. Ni pesa ngapi?

Muuzaji: _____ hii ni shilingi elfu_____. Unaweza kulipa kwa pesa_____au kwa kutumia_____ya benki.

Mteja: Nipunguzie_____tafadhali.

Muuzaji: Sawa unaweza kulipa shilingi elfu_____na _____.

Mteja: Sawa, asante sana. Nitaweza kulipa kwa pesa _____. (anatoa pesa na kumkabidhi muuzaji)

Muuzaji: Sawa, hii hapa_____yako. Asante kwa kununua kwetu. Karibu tena.

Mteja: Asante kwa huduma nzuri.

Muuzaji: Ukihitaji nguo yoyote njoo kwenye_____letu la nguo.

Mteja: Sawa._____!

Muuzaji:_____!

DIALOGUE 17

Kwenye uwanja wa ndege - At the airport

A dialogue between a passenger and a flight attendant at an airport. The customer is seeking information about their flight to Nairobi.

Abiria: Habari? Ningependa kujua ni wapi nitapata ndege yangu ya kwenda Nairobi.

Mhudumu: Nzuri sana. Karibu katika uwanja wetu wa ndege. Unatafuta ndege ya shirika gani na inapaa saa ngapi?

Abiria: Ninasafiri na shirika la *Kenya Airways* na ndege inapaa saa kumi na mbili jioni.

Mhudumu: Sawa. Unahitaji kwanza kuangalia ndege yako kwa kutoa tiketi yako na kadi yako ya kupanda ndege. Tafadhali nifuate hadi kwenye mstari wa usajili.

(Wanatembea kuelekea kwenye mstari wa usajili)

Mhudumu: Tafadhali toa tiketi na kadi yako ya kupanda ndege.

Abiria: *(anatoa tiketi na kadi yake)*

Mhudumu: Asante. Naweza kukuuliza maswali machache kwa ajili ya usalama wako?

Abiria: Ndio, tafadhali.

Mhudumu: Je, ulipakia mizigo yako mwenyewe?

Abiria: Ndio, nilipakia mizigo yangu mwenyewe.

Mhudumu: Je, umekuwa na mizigo yako mikononi mwako tangu ulipoipakia?

Abiria: Ndio, mizigo yangu imekuwa mikononi mwangu tangu nilipoipakia.

Mhudumu: Je, una vitu hatari kwa mizigo yako kama vile silaha, kemikali hatari au vifaa vya kulipuka?

Mteja: La, sina vitu kama hivyo kwa mizigo yangu.

Mhudumu: Sawa, nimekamilisha usajili wako. Tafadhali fuata maelekezo kwenye dirisha la kuonyesha njia na kuelekea kwenye ukaguzi wa usalama.

Abiria: Asante sana.

(Wanatembea kuelekea kwenye ukaguzi wa usalama)

Mhudumu: Tafadhali toa tiketi na kadi yako ya kupanda ndege ili tuzifanyie ukaguzi.

Abiria: *(anatoa tiketi na kadi yake)*

Mhudumu: Sawa, tafadhali weka vitu vyako kwenye bakuli la ukaguzi wa eksirei alafu utoe vitu vyote kwenye mfuko wako na kuweka kwenye trei.

(Mhudumu anaendelea kuelekeza mteja jinsi ya kufuata maelekezo ya ukaguzi wa usalama)

Mhudumu: Sasa tafadhali funga mkanda wako wa usalama na uwe tayari kwa safari yako ya ndege. Asante sana kwa kutumia uwanja wetu wa ndege.

English translation

Passenger: Hello, I would like to know where I can find my flight to Nairobi.

Attendant: Very well, welcome to our airport. Which airline and what time does your flight depart?

Passenger: I am flying with Kenya Airways; the flight departs at 6:00 PM.

Attendant: Alright, first you need to check your flight by presenting your ticket and boarding pass. Please follow me to the check-in line.

(They walk towards the check-in line)

Attendant: Please present your ticket and boarding pass.

Passenger: *(hands over the ticket and boarding pass)*

Attendant: Thank you. Can I ask you a few questions regarding your security?

Passenger: Yes, please.

Attendant: Did you pack your luggage yourself?

Passenger: Yes, I packed my luggage.

Attendant: Have you had your luggage in your possession since you packed it?

Passenger: Yes, my luggage has been in my possession since I packed it.

Attendant: Do you have any hazardous items in your luggage, such as weapons, dangerous chemicals or explosive materials?

Customer: No, I don't have such items in my luggage.

Passenger: Alright, I have completed your check-in. Please follow the directions at the display window and proceed to the security screening.

Passenger: Thank you very much.

(They walk towards the security screening)

Attendant: Please present your ticket and boarding pass for inspection.

Passenger: *(hands over the ticket and boarding pass)*

Attendant: Okay, please place your belongings in the X-ray screening tray and remove all items from your bag and place them in the tray.

(The attendant continues to guide the customer through the security screening procedure)

Attendant: Now, please fasten your seatbelt and be ready for your flight. Thank you for using our airport.

MANENO MAPYA

Ndege - airplane

Uwanja wa ndege - airport

Shirika la ndege- airline

Inapaa - departs/takes off(flies)

Usajili - regestration

Tiketi - ticket

Kadi ya kupanda ndege - boarding pass

Maswali - questions

Mizigo - luggage

Mikononi mwako - in your possession

Vitu hatari - hazardous items

Silaha - weapons

Kemikali hatari - dangerous chemicals
Vifaa vya kulipuka - explosive materials
Ukaguzi wa usalama - security screening

Bakuli la ukaguzi wa eksirei - X-ray screening tray
Mfuko – bag/pocket
Mkanda wa usalama – safetybelt
Tayari - ready

ZOEZI 17

Taja ikiwa taarifa zifuatazo ni za **kweli** au **uongo** kulingana na mazungumzo.

1. Mteja anataka kujua ni wapi anaweza kupata ndege yake kwenda Nairobi. **Kweli**
2. Mteja anasafiri na shirika la *Kenya Airways*.
3. Ndege inaondoka saa kumi na mbili jioni.
4. Mteja anahitaji kutoa tiketi yake na kadi yake ya kupanda ndege kwa usajili.
5. Mchakato wa usajili unajumuisha kujibu maswali ya usalama.
6. Mteja alipakia mizigo yake mwenyewe.
7. Mteja amekuwa na mizigo yake mikononi mwake tangu alipoipakia.
8. Mteja anakubali kuwa na vitu hatari kwa mizigo yake.
9. Usajili unakamilika baada ya ukaguzi wa usalama.
10. Mteja anahitaji kufunga mkanda wa usalama kabla ya ndege kupaa.

DIALOGUE 18

Kwenye kituo cha basi- At the bus station.
This dialogue takes place at a bus station where a customer is inquiring about a bus going to Mombasa. The customer asks for information about the departure time and the bus company. The attendant provides the necessary details and guides the customer to the designated boarding area.

Mteja: Hujambo. Nitapata wapi basi la kwenda Mombasa.
Mhudumu: Sijambo. Karibu katika kituo chetu cha basi. Basi lako linatoka saa ngapi na ni la shirika gani?
Mteja: Basi langu ni la shirika la *Modern Coast* na linatoka saa sita mchana.
Mhudumu: Sawa. Basi lako litapakia katika eneo la kutoka nambari sita. Tafadhali nifuate.
(Wanatembea kuelekea eneo la kutoka)
Mhudumu: Hii ndio nambari sita. Tafadhali onyesha tiketi yako ya basi.
Mteja: *(anatoa tiketi yake)*
Mhudumu: Asante. Kwa ajili ya usalama wako, tunahitaji kujua majina yako kamili na nambari yako ya simu ya dharura.
Mteja: Majina yangu ni John Mwema na nambari yangu ya simu ya dharura ni 0701216458.
Mhudumu: Sawa, tumekamilisha mchakato wa usajili wako. Tafadhali subiri kwenye eneo la kupakia.
Mteja: Asante sana.
(Muda mfupi baadaye)
Mhudumu: Tafadhali ingia ndani ya basi. Nenda hadi kwenye kiti chako kilichotajwa kwenye tiketi yako.
Mteja*: (anaingia ndani ya basi na anakwenda hadi kwenye kiti chake)*

Mhudumu: Sawa, tuko tayari kuondoka. Tafadhali funga mkanda wako wa usalama na uwe tayari kwa safari yako. Asante sana kwa kutumia huduma za shirika letu la basi.

English translation

Customer: Hello, where can I find a bus to Mombasa?

Attendant: Hello, welcome to our bus station. What time does your bus depart and which company is it from?

Customer: My bus is from Modern Coast company and it departs at 12 Noon.

Attendant: Alright, your bus will be boarded at the departure area number six. Please follow me.

(They walk towards the boarding area)

Attendant: This is number six. Please show me your bus ticket.

Customer: *(shows their ticket)*

Attendant: Thank you. For your safety, we need to know your full name and emergency contact number.

Customer: My name is John Mwema and my emergency contact number is 0701216458.

Attendant: Okay, we have completed your registration process. Please wait in the boarding area.

Customer: Thank you very much. (A short while later)

Attendant: Please board the bus and proceed to your assigned seat as indicated on your ticket.

Customer: *(boards the bus and goes to their seat)*

Attendant: Alright, we are ready to depart. Please fasten your seatbelt and be ready for your journey. Thank you for using our bus service.

MANENO MAPYA

Kituo cha basi: Bus station

Linatoka: It departs

Eneo la kutoka: Departure area

Tiketi: Ticket

Usajili: Registration

Majina yako kamili:
Your full name
Nambari ya simu ya dharura: Emergency
contact number

Kupakia: Boarding
Kiti chako: Your seat
Safari yako: Your journey
Huduma za shirika:
Services of the company

ZOEZI 19

Jaza nafasi tupu na maneno sahihi kutoka kwenye mazungumzo:

Mhudumu: Hujambo. Nitapata wapi basi la kwenda
_____?
Mteja: Basi langu ni la shirika la_____na linatoka
saa_____mchana.
Mhudumu: Basi lako litapakia katika eneo la kutoka nambari
_____. Tafadhali nifuate.
Mteja: *(anatoa_____yake)*
Mhudumu: Kwa ajili ya usalama wako, tunahitaji kujua
_____yako kamili na nambari yako ya simu ya
dharura.
Mteja: Majina yangu ni_____na nambari yangu ya
simu ya dharura ni _____.
Mhudumu: Sawa, tumekamilisha _____ wako.
Tafadhali subiri kwenye eneo la_____.
Mteja: Asante sana.
(Muda mfupi baadaye)
Mhudumu: Tafadhali ingia ndani ya basi. Nenda hadi
kwenye kiti chako kilichotajwa kwenye_____yako.
Mteja: (anaingia ndani ya basi na anakwenda hadi kwenye
kiti chake)
Mhudumu: Sawa, tuko tayari_____. Tafadhali
funga mkanda wako wa_____na uwe tayari kwa
_____yako. Asante sana kwa kutumia huduma za
shirika letu la basi.

DIALOGUE 19

Kusafiri nje ya nchi- Travelling abroad
Juma and Rashid are having a conversation about Juma's plans to travel abroad. Juma is seeking advice on the best mode of transportation for his trip. Rashid explains that each mode of transportation has its own advantages and disadvantages.

Juma: Habari yako Rashid?
Rashid: Nzuri sana Juma. Wewe je?
Juma: Nashukuru, sijambo. Ninapanga kwenda nje ya nchi kwa muda, unadhani ni vyema nitumie usafiri gani?
Rashid: Kila aina ya usafiri ina faida na hasara zake. Ungependa kutumia usafiri gani?
Juma: Sijui, labda nisafiri kwa ndege.
Rashid: Ndege ni njia ya haraka na salama zaidi ya kusafiri kwenda nchi za mbali. Lakini, gharama zake huwa kubwa zaidi ya njia za usafiri zingine kama vile treni, basi au boti.
Juma: Sawa. Je, kuna njia nyingine ya usafiri inayofaa?
Rashid: Gari la moshi ni njia nyingine nzuri ya usafiri kwa sababu inakupa fursa ya kufurahia mandhari mazuri. Pia kuna nafasi ya kusimama na kusafiri kwenda maeneo mbalimbali katikati ya safari. Lakini, mwendo wake ni polepole kuliko ndege.
Juma: Haya, nimeelewa. Asante kwa maelezo hayo, nitafikiria sana kabla ya kuamua njia ya usafiri wa kutumia.
Rashid: Karibu sana, niko hapa kwa ajili ya kusaidia. Usisahau kuhakikisha una visa na stakabadhi nyingine muhimu kabla ya kusafiri nje ya nchi.
Juma: Asante sana kwa kunikumbusha.

English translation
Juma: How are you Rashid,

Rashid: I am good Juma. And you?

Juma: Thank you, I'm fine. I'm planning to travel abroad for a while, what do you think is the best mode of transportation?

Rashid: Every form of transportation has its advantages and disadvantages. Which mode of transportation would you prefer to use?

Juma: I don't know, maybe by plane.

Rashid: Air travel is the fastest and safest way to travel to distant countries. However, the costs are usually higher than other modes of transportation such as trains, buses or boats.

Juma: Okay, is there another suitable mode of transportation?

Rashid: A train is another good way of transportation because it gives you the opportunity to enjoy beautiful sceneries. There is also a chance of stopping and travelling to different places in the middle of the journey. However, it is a bit slower than a plane.

Juma: Okay, I understand. Thank you for the information. I will think carefully before deciding on the mode of transportation to use.

Rashid: You are welcome, I'm here to help. Don't forget to confirm if you have your visa and other important documents with you before traveling abroad.

Juma: Thank you for reminding me.

MANENO MAPYA

Kusafiri - to travel

Nje ya nchi - abroad/outside the country

Usafiri - transport/transportation

Faida - advantage/benefit

Hasara - disadvantage/drawback

Vyema - good

Ndege - airplane

Gharama - cost/expense

Gari la moshi - train

Mandhari - scenery/view

Nafasi - opportunity/space

Polepole - slow/slowly

Kabla ya - before

Visa - visa

Stakabadhi - documents

ZOEZI 19

A. Chagua njia sahihi ya usafiri kulingana na maelezo katika mazungumzo.

1. Juma amepanga kwenda nje ya nchi kwa muda. Ni njia gani ya usafiri ambayo Rashid alimpendekezea?
   a) Ndege   c) Basi
   b) Gari la moshi   d) Boti

2. Rashid amesema kuwa ndege ni njia ya haraka na salama zaidi ya kusafiri kwenda nchi za mbali. Kuna hasara gani ya kusafiri kutumia ndege?
   a) Inakupa fursa ya kufurahia mandhari mazuri.
   b) Gharama zake huwa kubwa zaidi.
   c) Inaweza kuwa polepole kuliko treni.
   d) Hakuna hasara yoyote.

3. Juma anauliza ikiwa kuna njia nyingine ya usafiri inayofaa. Ni njia gani Rashid anapendekeza?
   a) Ndege   c) Basi
   b) Gari la moshi   d) Boti

4. Rashid ameeleza kuwa gari la moshi inakupa fursa ya kufurahia mandhari mazuri na kusafiri kwenda maeneo mbalimbali katikati ya safari. Ni **hasara** gani ya kusafiri kwa treni?
   a) Inakupa nafasi ya kusimama
   b) Gharama zake huwa kubwa Zaidi
   c) Inaweza kuwa polepole
   d) Hakuna hasara yoyote

5. Ni wapi Juma anahitaji kuhakikisha kuwa ana visa na stakabadhi nyingine muhimu kabla ya kusafiri nje ya nchi?
   a) Kwenye gari ya moshi
   b) Kwenye basi
   c) Kwenye boti
   d) Kabla ya kusafiri popote

DIALOGUE 20

Katika kituo cha polisi – At the police station
Juma goes to the police station to report his stolen phone. He provides details about the incident and the description of the suspect to the police officer.

Juma: Habari ya leo afande.
Polisi: Nzuri sana kijana. Kuna tatizo gani?
Juma: Nimeibiwa simu yangu na sijui cha kufanya.
Polisi: Pole sana. tafadhali nieleze zaidi kuhusu tukio hilo. Uliibiwa wapi na saa ngapi?
Juma: Tukio hilo lilitokea jana usiku mtaani Kinondoni.
Polisi: Umeshatoa taarifa kwa mtandao wa simu?
Juma: Ndiyo, nilitoa taarifa kwa kampuni ya simu lakini hawakufanikiwa kuipata simu yangu.
Polisi: Sawa, unayo ripoti hiyo ya taarifa?
Juma: Ndiyo, nimekuja na nakala yake.
Polisi: Vizuri. Nitachukua taarifa yako na kuiandikisha katika kitabu chetu cha dodoso. Tafadhali nipe maelezo zaidi kuhusu simu yako na mtu unayemshuku kuwa ndiye alikuibia.
Juma: Asante afande. Simu yangu ni aina ya *Samsung Galaxy S10* na mtu aliyeniibia alikuwa amevaa nguo nyeusi na kofia ya bluu.
Polisi: Sawa, tutafanya uchunguzi wetu na kuwasiliana nawe tukipata taarifa zozote. Asante kwa taarifa yako.
Juma: Asante sana, afande.

English translation
Juma: Good day officer.
Police: Good day young man. What is the problem?
Juma: My phone was stolen and I don't know what to do.

Police: I'm sorry to hear that. Please tell me more about the incident. Where and at what time were you robbed?

Juma: It happened last night in the Kinondoni neighborhood.

Police: Have you reported it to the phone company?

Juma: Yes, I reported it to the phone company, but they couldn't locate my phone.

Police: Okay, do you have the report with you?

Juma: Yes, I brought a copy of it.

Police: Good. I will take your statement and record it in our register. Please give me details about your phone and the person you suspect stole it from you.

Juma: Thank you officer. My phone is a Samsung Galaxy S10, the person who stole it was wearing black clothes and a blue hat.

Police: Alright, we will conduct our investigation and get in touch with you in case of any information. Thank you for your report.

Juma: Thank you very much, officer.

MANENO MAPYA

Tatizo: Problem
Nimeibiwa: I have been robbed
Sijui: I don't know
Tukio: Incident
Eneo: Area
Mtaa: Street
Taarifa: Report
Mtandao: Network
Kampuni: Company
Ripoti: Report

Dodoso: Register
Maelezo: Details
Polisi: Police
Aina: Type
Mtu: Person
Nyeusi: Black
Kofia: Hat
Uchunguzi: Investigation
Wasiliana: Contact(communicate)

ZOEZI 20

Chagua jibu sahihi kulingana na muktadha wa mazungumzo.

1. Je, Juma alifanya nini baada ya kuibiwa simu yake?
   a) Alienda kulala
   b) Alitoa taarifa kwa kampuni ya simu
   c) Hakufanya lolote
   d) Alihifadhi simu yake vizuri
2. Simu ya Juma ni aina gani?
   a) Samsung Galaxy S10
   b) iPhone 11
   c) Nokia 3310
   d) Huawei P30
3. Juma alitoa taarifa ya wizi wa simu yake kwa nani?
   a) Polisi
   b) Kampuni ya simu
   c) Majirani zake
   d) Familia yake
4. Nani alikuwa mtu ambaye Juma alimshuku kuwa ndiye aliyemuibia simu?
   a) Mtu huyo alikuwa amevaa nguo nyeupe na kofia nyekundu.
   b) Mtu huyo alikuwa amevaa nguo nyeusi na kofia ya bluu.
   c) Mtu huyo alikuwa amevaa nguo ya rangi nyingi na kofia nyekundu.
   d) Mtu huyo alikuwa amevaa nguo nyeusi na kofia nyekundu.
5. Polisi aliahidi kufanya nini baada ya kuchukua taarifa ya Juma?
   a) Kusahau taarifa hizo.
   b) Kuwasiliana na mtandao wa simu.
   c) Kufanya uchunguzi wao.

DIALOGUE 21

Kwa kinyozi – At the barber

Zawadi, a customer, visits a local barber shop to get a haircut and beard grooming. He enters the shop and initiates a conversation with the barber.

Zawadi: Hujambo! Ningependa kunyolewa nywele. Unaweza kuninyoa?

Kinyozi: Sijambo. Ndio, karibu sana. Tunakuhudumia kwa bei nafuu sana. Ungependa kunyolewa nywele zako kwa mtindo gani?

Zawadi: Nataka staili fupi lakini nzuri.

Kinyozi: Sawa, tunazo staili nyingi za kunyoa nywele, kwa aina tofauti za nywele. Unaweza kuangalia kwenye katalogi yetu ya mtindo wa kunyoa. Je, ungependa kunyoa ndevu pia?

Zawadi: Ndiyo. Ningependa uchonge ndevu zangu na kuzipunguza.

Kinyozi: Sawa, tutakuhudumia vyema. Karibu kwenye kiti cha kunyoa nywele. Tutaanza na ndevu zako kabla ya kunyoa nywele.

Zawadi: Asante sana.

English Transaltion

Zawadi: Hello! I would like to have an hair cut. Can you do it for me?
Barber: Hello! Yes, welcome. We provide very affordable services. What style would you like for your hair?
Zawadi: I want a short but nice style.
Barber: Alright, we have various styles for different types of hair. You can check our hair style catalog. Would you like to trim your beard as well?
Zawadi: Yes, I would like you to shape and trim my beard.
Barber: Alright, we'll take good care of you. Please have a seat in the barber's chair. We'll start with your beard before cutting your hair.
Zawadi: Thank you very much.

MANENO MAPYA

Hujambo: Hello (greeting)
Kunyoa: To cut (in reference to hair)
Kunyolewa- to be shaved
Nywele: Hair
Kinyozi: Barber
Kuninyoa: To cut for me
Bei nafuu: Affordable prices

Staili fupi: Short style
Nzuri: Nice
Staili: Style
Aina tofauti: Different types
Ndevu: Beard
Uchonge: Shape
Kupunguza: To trim
Katalogi: Catalog
Vyema: Properly, well

ZOEZI 21

Translate the following sentences from Swahili to English:
1. Ningependa kunyolewa nywele.
2. Unaweza kuninyoa?
3. Tunakuhudumia kwa bei nafuu sana.
4. Ungependa kunyolewa nywele kwa mtindo gani?

5. Nataka staili fupi lakini nzuri.
6. Je, ungependa kunyolewa ndevu pia?
7. Ningependa uchonge ndevu zangu na kuzipunguza.
8. Karibu kwenye kiti cha kunyoa nywele.
9. Tutaanza na ndevu zako kabla ya kunyoa nywele.
10. Asante sana.

DIALOGUE 22

Kwenye sinema – At the cinema

Asani and Nusura are planning to go to the cinema together. Asani initiates the conversation by asking Nusura if she would like to go to the cinema.

Asani: Hujambo! Ungependa kwenda sinema leo?
Nusura: Sijambo. Ndio, ningependa sana. Filamu gani inaonyeshwa?
Asani: Leo wanachezesha filamu ya kusisimua sana, inaitwa "Majambazi wa Mjini."
Nusura: Hiyo inaonekana ni nzuri sana! Filamu hiyo inaanza saa ngapi?
Asani: Inaanza saa kumi na moja jioni. Ni saa ngapi nzuri kukutana?
Nusura: Tupatane saa tisa mchana, hapo tutakuwa na muda wa kupata tiketi na kuketi pamoja.
Asani: Sawa, tutakutana mbele ya mlango wa kuingia. Ungependa kununua bisibisi au vinywaji ndani?
Nusura: Bila shaka! Nitanunua mkebe mkubwa wa bisibisi na soda baridi.
Asani: Vizuri, tutaweza kununua vitu hivyo katika duka la sinema. Haya, tukutane saa tisa mchana.
Nusura: Asante sana! Natumai tutafurahia filamu hiyo pamoja.
Asani: Nami pia natumai hivyo. Tutaonana baadaye!

English translation
Asani: Hello! Would you like to go to the cinema today?
Nusura: Hello! Yes, I would love to. What movie are they showing?
Asani: Today they are showing a very exciting movie titled, "Urban Thieves."

65

Nusura: That sounds really exciting! What time does the movie start?

Asani: It starts at five in the evening. What time is suitable for us to meet?

Nusura: Let's meet at three in the afternoon, that way we'll have time to get tickets and sit together.

Asani: Alright, we'll meet at the entrance. Would you like to buy popcorn or drinks inside?

Nusura: Of course! I'll buy a large can of popcorn and cold soda.

Asani: Great, we can buy them at the cinema shop. Okay, we'll meet at three in the afternoon.

Nusura: Thank you very much! I hope we'll enjoy the movie together.

Asani: I hope so too. See you later!

MANENO MAPYA

Sinema: Cinema
Leo: Today
Filamu: Film/movie
Kuonyeshwa: To be shown
Majambazi: Robbers
Mjini: in the city
Kusisimua: Exciting
Saa ngapi: What time
Saa kumi na moja: 5 O'clock
Jioni: Evening
Kabla: Before
Kuanza: To start
Tuonane: Let's meet
Saa tisa mchana: Three o'clock in the afternoon

Muda: Time
Tiketi: Tickets
Kuketi: To sit
Pamoja: Together
Mbele: In front
Mlango: Door
Kuingilia: Entrance
Kununua: To buy
Bisibisi: Popcorn
Vinywaji: Drinks
Ndani: Inside
Mkebe mkubwa: Large can
Soda: Soda/pop
Baridi: Cold
Vizuri: Good/well
Duka: Shop

Haya: Alright   **Baadaye:** Later

ZOEZI 22

1.Translate the following sentences from Swahili to English:
1. Ungependa kwenda kwenye sinema leo?
2. Filamu gani inaonyeshwa?
3. Hiyo inaonekana ni nzuri sana!
4. Filamu hiyo inaanza saa ngapi?
5. Tutakutana mbele ya mlango wa kuingia.
6. Ungependa kununua bisibisi au vinywaji ndani?
7. Nitanunua mkebe mkubwa wa bisibisi na soda baridi.
8. Tutakutana saa tisa mchana.
9. Natumai tutafurahia filamu hiyo pamoja.
10. Tutaonana baadaye!

DIALOGUE 23

Mazungumzo ya simu (i)-Telephone conversation (i)

This dialogue takes place between two individuals, John and Jane. They are discussing a task that John has completed for Jane. Jane wants to meet with John and pay him for the work. They agree to meet at a restaurant the next day at 2PM.

John: Halo, ni nani mwenzangu?

Jane: Halo. Ni Jane, mimi ndio nimekupigia simu. Je wewe ni John?

John: Mimi ni John. Habari yako Jane?

Jane: Nzuri sana John, asante. Nilitaka kujua kama ulipata muda wa kufanya kazi yangu niliyokuomba.

John: Ndiyo, nilipata muda wa kufanya kazi yako. Nimeikamilisha na nilitaka kukupa taarifa.

Jane: Asante sana John, hilo ni jambo jema. Je, tunaweza kutana ili nikulipe kwa kazi uliyoifanya?

John: Hilo litanifaa sana, tunaweza kukutana wapi?

Jane: Tunaweza kukutana kwenye mgahawa wa Mango karibu na jengo la Tigo kesho saa nane mchana.

John: Hiyo ni nzuri sana, nitakuwa hapo kesho saa nane mchana.

Jane: Sawa, asante sana John. Nitakutumia ujumbe wa kuthibitisha.

John: Asante sana Jane, nitangoja ujumbe wako. Tutaonana kesho.

Jane: Tutaonana kesho John, kwaheri.

John: Kwaheri.

English translation

John: Hello, who am I speaking to?

Jane: Hello, this is Jane. I'm the one who called you. Are you John?

John: I am John. How are you Jane?

Jane: I'm doing very well John. Thank you. I wanted to know if you found time and did the task I asked you to.

John: Yes, I found time and did your task. I have completed it, I wanted to inform you.

Jane: Thank you very much John. That's great. Is it okay if we meet so that I can pay you for the work you did?

John: That suits me very well. Where can we meet?

Jane: We can meet at the Mango restaurant near the Tigo building tomorrow at 2 p.m.

John: That's okay by me. I will be there tomorrow at 2 p.m.

Jane: Okay, thank you very much John. I will send you a message to confirm.

John: Thank you very much Jane. I will be waiting for your message. See you tomorrow.

Jane: See you tomorrow John. Goodbye.

John: Goodbye.

MANENO MAPYA

Mwenzangu: My colleague

Kupigia simu: To call someone

Kazi: Work/task

Niliyokuomba: The one I asked you for

Kukamilisha: To complete

Kuthibitisha: To confirm

Mgahawa: Restaurant

Jengo: Building

Kesho: Tomorrow

Ujumbe: Message

ZOEZI 23

A. Fill in the blanks with the appropriate words:

1. **Jane:** Halo, ni Jane, mimi ndio nimekupigia_____.

2. **John:** Mimi ni John,_____yako Jane?

3. **Jane:** Nzuri sana John,_____. Nilitaka kujua kama umepata muda wa kufanya_____niliyokuomba.

4. **John:** Ndiyo, nilipata muda wa kufanya_____yako. Nimeikamilisha na nilitaka kukupa_____.

5. **Jane:** Asante sana John,_____. Je, tunaweza_____ili nikulipe kwa kazi uliyoifanya?

6. **John:** Hilo_____sana, tunaweza kukutana_____?

7. **Jane:** Tunaweza kukutana_____mgahawa wa Mango karibu na jengo la Tigo kesho_____mchana.

8. **John:** Hiyo ni_____sana, nitakuwepo kesho _____ mchana.

9. **Jane:** Sawa, asante sana John. Nitakutumia ujumbe wa

_____.

10. **John:** Asante sana Jane, nitangoja_____. Tutaonana

_____.

11. **Jane:** Tutaonana_____John, kwaheri.

12. **John:** Kwa_____.

DIALOGUE 24

Mazungumzo ya simu (ii)-Telephone conversation (ii)
Sarah and Zuhura are discussing their traveling plans in a telephone conversation. They are organizing a group trip to Zanzibar and need to finalize the details.

Sarah: Halo, Hujambo?
Zuhura: Sijambo! Ni nani mwenzangu?
Sarah: Huyu ni Sarah. Ningependa kuzungumza nawe kuhusu mpango wetu wa kusafiri.
Zuhura: Sawa, Sarah. Niambie kuhusu safari yetu.
Sarah: Vyema sana! Tumekusanya kundi la watu kwa ajili safari yetu ya likizo. Tutapanda ndege kwenda Zanzibar.
Zuhura: Hiyo ni habari njema! Safari itakuwa lini?
Sarah: Tumepanga kuondoka siku ya Ijumaa asubuhi. Tutakuwa Zanzibar kwa siku tatu.
Zuhura: Siku tatu ni sawa. Tunaenda katika hoteli gani?
Sarah: Tumechagua hoteli ya kifahari kwenye fukwe za Nungwi. Tutahisi vizuri sana.
Zuhura: Nungwi ni mahali pazuri. Naomba unithibitishie majina yote ya washiriki na upange ratiba ya safari yetu.
Sarah: Hakuna shida. Nitakutumia orodha ya majina na ratiba kupitia barua pepe. Tafadhali angalia na uthibitishe.
Zuhura: Asante Sarah. Nitakagua barua pepe yangu na kuthibitisha maelezo yote. Naomba unitumie pia maelezo ya malipo ya safari.
Sarah: Sawa, nitakutumia pia maelezo ya malipo. Tafadhali hakikisha kuwa umelipa kabla ya tarehe ya safari.
Zuhura: Nimeelewa. Nitahakikisha kuwa nimelipa kabla ya tarehe ya safari. Asante sana Sarah kwa kupanga safari hii.
Sarah: Karibu sana! Nitafurahi kuwa na wewe katika safari yetu. Tutaonana hivi karibuni!
Zuhura: Asante Sarah. Tutaonana hivi karibuni. Kwaheri!

Sarah: Kwaheri!

English translation
Sarah: Hello, how are you?
Zuhura: I'm fine! Who am I speaking to?
Sarah: This is Sarah. I would like to talk to you about our travel plan.
Zuhura: Alright, Sarah. Tell me about our trip.
Sarah: Very well! We have gathered a group of people for our vacation. We will be flying to Zanzibar.
Zuhura: That's great news! When will the trip be?
Sarah: We have planned to depart on Friday morning. We will be in Zanzibar for three days.
Zuhura: Three days sounds good. Which hotel are we staying at?
Sarah: We have chosen a luxurious hotel at the beaches of Nungwi. We will feel very comfortable there.
Zuhura: Nungwi is a beautiful place. Please confirm all the names of the participants and arrange the schedule for our trip.
Sarah: No problem. I will send you the list of names and the schedule via email. Please check and confirm.
Zuhura: Thank you Sarah. I will check my email and confirm all the details. Please send me the payment details for the trip.
Sarah: Okay, I will send you the payment details. Please make sure to pay before the date of the trip.
Zuhura: Understood. I will make sure I pay before the date of the trip. Thank you very much Sarah for organizing this trip.
Sarah: You're very welcome! I'm looking forward to having you on this trip. See you soon!
Zuhura: Thank you Sarah. See you soon. Goodbye!
Sarah: Goodbye!

MANENO MAPYA
Likizo: Vacation

Kundi la watu: Group of people
Ndege: Airplane
Ratiba: Schedule
Malipo: Payment

Kupanga: To arrange/organize
Orodha: List
Tarehe: Date
Tafadhali: Please
Uthibitishe: You Confirm

ZOEZI 24

1. Translate the following sentences from Swahili to English:
1. Ni nani mwenzangu?
2. Ningependa kuzungumza nawe kuhusu mpango wetu wa kusafiri.
3. Niambie kuhusu safari yetu.
4. Tumekusanya kundi la watu kwa ajili ya safari yetu ya likizo.
5. Tutapanda ndege kwenda Zanzibar.
6. Safari itakuwa lini?
7. Tumepanga kuondoka siku ya Ijumaa asubuhi.
8. Tutakuwa Zanzibar kwa siku tatu.
9. Tunaenda katika hoteli gani?
10. Tumechagua hoteli ya kifahari kwenye fukwe za Nungwi.

DIALOGUE 25

Kuhusu Kenya – About Kenya

Nina and Ashley are having a conversation about Kenya. Nina is curious to know if Ashley has ever visited Kenya. Ashley confirms that she has visited the country multiple times. They discuss various attractions and highlights of Kenya, including its abundant wildlife, national parks, Lake Victoria, historical sites, beautiful beaches and diverse cultures.

Nina: Habari yako Ashley, umewahi kuzuru Kenya?

Ashley: Nzuri sana. Ndio, nimewahi kuzuru Kenya mara kadhaa. Ni nchi nzuri sana yenye vivutio vingi.

Nina: Kweli kabisa, inasemekana Kenya ina wanyama pori wengi sana.

Ashley: Ndio, hifadhi kubwa ya wanyama pori katika Afrika, Mbuga ya Serengeti, ina mpaka sawa na Mbuga ya Masai Mara nchini Kenya. Pia kuna vivutio vingine kama vile Ziwa Victoria, sehemu za kihistoria na fukwe nzuri kama vile Mombasa.

Nina: Pia Kenya ina tamaduni na mila tofauti na za kuvutia. Nimesikia juu ya Wamasai ambao ni maarufu kwa mavazi yao ya kipekee na shughuli zao ufugaji.

Ashley: Ndio, Wamasai ni kabila kubwa nchini Kenya na Tanzania. Pia kuna kabila zingine nyingi zenye tamaduni tofauti, kama vile Wakikuyu, Wazaramo na Wajaluo.

Nina: Inaonekana Kenya ni nchi yenye utajiri wa utamaduni na kimaumbile.

Ashley: Kweli kabisa. Nafasi nzuri ya kuzuru nchi hii ni wakati wa msimu wa uhamaji wa wanyama pori. Utahisi vizuri sana.

English translation

Nina: How are you, Ashley? Have you ever visited Kenya?

Ashley: I'm very good. Yes, I have visited Kenya several times. It's a beautiful country with many attractions.

Nina: Absolutely, it is said that Kenya has a wide variety of wildlife.

Ashley: Yes, the largest wildlife reserve in Africa, the Serengeti National Park, shares its border with the Masai Mara National Reserve in Kenya. There are also other attractions like Lake Victoria, historical sites and beautiful beaches such as Mombasa.

Nina: Kenya also has diverse and fascinating cultures and traditions. I've heard about the Maasai people who are famous for their unique dress and livestock activities.

Ashley: Yes, the Maasai are a large ethnic group in Kenya and Tanzania. There are also many other tribes with different cultures, such as the Kikuyu, Zaramo and Luo.

Nina: It seems like Kenya is some country rich in cultural and natural heritage.

Ashley: Absolutely. A great time to visit that country is during the wildlife migration season. You will have an amazing experience.

MANENO MAPYA

Kuzuru: to visit
Vivutio vingi: many attractions
Wanyama pori: wildlife
Hifadhi kubwa: large reserve/park
Mbuga ya Serengeti: Serengeti National Park
Mbuga ya Masai Mara: Masai Mara National Reserve

Sehemu za kihistoria: historical sites
Fukwe nzuri: beautiful beaches
Tamaduni na mila: cultures and traditions
Maarufu: famous
Mavazi ya kipekee: unique dress
Shughuli za ufugaji: livestock activities

Kabila kubwa: large ethnic group

Nafasi nzuri: great opportunity/experience

Msimu wa uhamaji: migration season

ZOEZI 25

A. Jibu maswali yafuatayo kuhusu mazungumzo:

1. Je, Ashley amewahi kuzuru Kenya hapo awali?
2. Ni vivutio gani vipo Kenya?
3. Mbuga za kitaifa zipi zinazotajwa katika mazungumzo?
4. Kabila la Masai lina umuhimu gani nchini Kenya?
5. Taja makabila mengine matatu yaliyotajwa katika mazungumzo.
6. Ni wakati gani uliopendekezwa wa kuzuru Kenya?
7. Ni jambo gani la pekee la tamaduni ya Maasai lililotajwa katika mazungumzo?

DIALOGUE 26

Kutafuta nyumba ya kupanga – Looking for a house to rent

Menna is looking for a house to rent in a specific area. She approaches a real estate agent(dalali) for assistance. Dalali informs Menna that there are several available houses that meets her criteria and suggests visiting them to make a decision.

Menna: Habari, ninatafuta nyumba ya kupanga katika eneo hili. Je, kuna nyumba yoyote inayopatikana?

Dalali: Nzuri sana. Ndio, nyumba kadhaa zinapatikana. Unatafuta nyumba aina gani?

Menna: Ninatafuta nyumba yenye vyumba viwili vya kulala na sebule. Iwe na bafu na choo cha ndani, jikoni na bomba la maji.

Dalali: Sawa, nina nyumba kadhaa ambazo zina vigezo hivyo. Ungependa kuja kuziangalia?

Menna: Ndio, niko tayari kuja kuangalia nyumba hizo.

Dalali: Basi karibu, nitakuonyesha nyumba hizo. Nyumba ya kwanza iko umbali wa dakika tano kutoka hapa. Ina vyumba viwili vya kulala, sebule, bafu na choo cha ndani. Pia kuna jikoni na bomba la maji. Kodi, ni shilingi 500,000 kwa mwezi.

Menna: Inaonekana nzuri. Na nyumba nyingine?

Dalali: Kuna nyumba nyingine ambayo ni kubwa kidogo. Ina vyumba vitatu cya kulala, sebule, bafu na choo cha ndani, jikoni na bomba la maji. Iko umbali wa dakika kumi kutoka hapa. Kodi yake ni shilingi 750,000 kwa mwezi.

Menna: Hiyo pia inaonekana nzuri. Je, kuna gharama zozote za ziada ambazo nitahitaji kulipa?

Dalali: Unahitaji kulipa kodi ya miezi miwili na amana ya usalama. Hii ni kawaida kwa wapangaji wote.

Menna: Sawa, asante kwa maelezo. Nitachunguza chaguo hizi na nitakujulisha. Je, nina haja ya kufanya maamuzi haraka?

Dalali: Ndiyo, kwa sababu nyumba nyingi zinapangishwa haraka, ni vizuri uamue haraka iwezekanavyo ili kuhakikisha unapata nyumba unayotaka.

Menna: Asante sana kwa ushauri wako na msaada wako.

Dalali: Karibu sana, natumaini utapata nyumba unayotaka.

English translation

Menna: Hello, I am looking for a house to rent in this area. Is there any available house?

Dalali: Hello. Yes, there are several houses available. What kind of house are you looking for?

Menna: I am looking for a two-bedroom house with a living room. It should have an indoor bathroom and toilet, as well as a kitchen and running water.

Dalali: Alright, I have several houses that meet those criteria. Would you like to come and see them?

Menna: Yes, I am ready to check out the houses.

Dalali: Welcome, I will show you the houses. The first house is five minutes away from here. It has two bedrooms, a living room, an indoor bathroom and toilet. There's also a kitchen and running water. The rent is 500,000 shillings per month.

Menna: That sounds good. And what about the other house?

Dalali: There's another one that is slightly bigger. It has three bedrooms, a living room, an indoor bathroom and toilet, a kitchen, and running water. It is ten minutes away from here. The rent is 750,000 shillings monthly.

Menna: That also sounds good. Are there any additional costs that I need to pay?

Dalali: You will need to pay two months' rent in advance and a security deposit. This is standard for all tenants.

Menna: Alright, thank you for the information. I will consider these options and let you know. Do I need to make a decision quickly?

Dalali: Yes, becausea lot of houses are rented out quickly, it's best to decide as soon as possible to ensure you get the house you want.

Menna: Thank you very much for your advice and assistance.

Dalali: You're very welcome, I hope you find the house you're looking for.

MANENO MAPYA

Nyumba - House
Kupanga - To rent
Eneo - Area
Kadhaa - Several
Aina - Type
Vyumba viwili - Two bedrooms
Sebule - Living room
Bafu - Bathroom
Choo - Toilet
Jiko - Kitchen
Bomba la maji - Running water
Kodi - Rent

Mwezi - Month
Gharama - Cost
Amana - Security deposit
Chaguo - Option
Maamuzi - Decision
Haraka - Quickly
Ushauri - Advice
Msaada - Assistance
Karibu sana - You're welcome
Natumaini - I hope
Unayotaka – the one that you desire/want

ZOEZ
26

1. Menna anatafuta nini?
   a) Gari la kununua
   b) Chakula cha jioni
   c) Nyumba ya kupanga
   d) Duka la nguo
2. Nyumba ya kwanza inapatikana umbali gani kutoka hapo?

a) Dakika tano
b) Dakika kumi
c) Kilomita tano
d) Kilomita kumi

3. Gharama ya kodi ya nyumba ya kwanza ni shilingi ngapi kwa mwezi?
a) Shilingi 500,000
b) Shilingi 750,000
c) Shilingi 1,000,000
d) Shilingi 250,000

4. Nyumba ya pili ina vyumba vingapi?
a) Chumba kimoja
b) Vyumba vitatu
c) Vyumba viwili na sebule
d) Vyumba vitano

5. Ni gharama gani za ziada ambazo Menna anahitaji kulipa?
a) Ada ya huduma
b) Amana ya usalama
c) Kodi ya maji
d) Gharama za umeme

6. Je, ni kwa nini Menna anahitaji kufanya maamuzi haraka?
a) Nyumba zinapangishwa haraka
b) Ana safari ya kwenda nje ya nchi
c) Bei inapanda kila siku
d) Hakuna nyumba nyingine inapatikana

DIALOGUE 27

Kununua ghorofa- Buying apartment

Alice and Mary are having a conversation. Alice informs Mary about her plan to buy an apartment. She expresses her desire to get an apartment that is on sale, specifically a three-bedroom apartment in a convenient location near a school, a hospital and a shop. Mary suggests visiting some suitable apartments in Mbezi area and offers to accompany Alice.

Alice: Habari za leo Mary?

Mary: Nzuri sana Alice, U hali gani?

Alice: Nashukuru. Natafuta ghorofa za kuuza, nina mpango wa kununua.

Mary: Kweli? Unatafuta ghorofa yenye ukubwa gani na mahali gani?

Alice: Nataka ghorofa yenye vyumba vitatu na iwe mahali pazuri, karibu na shule, hospitali na maduka.

Mary: Sawa, ninafahamu ghorofa nzuri zilizopo katika eneo la Mbezi. Zinafanana na vigezo vyako. Ungependa tuzitembelee pamoja?

Alice: Ndio, itakuwa vizuri kama tuzitembelea pamoja. Unafahamu wakala yeyote wa kuaminika ambaye tunaweza kumfuata?

Mary: Ndiyo, nina rafiki yangu ambaye ni wakala wa majengo. Atatusaidia kupata ghorofa bora na kwa bei nzuri.

Alice: Hiyo itakuwa vizuri sana. Hebu tupange tukutane naye na kwenda kuiangalia hiyo ghorofa.

Mary: Sawa. Nina namba yake ya simu, nitampigia na kupanga tarehe na wakati sahihi wa kuonana.

Alice: Asante sana Mary, kwa kweli ninafurahia kuwa na rafiki kama wewe.

81

Mary: Ahsante pia Alice, ninafurahia kuwa rafiki yako. Tutakwenda na kuhakikisha umepata ghorofa nzuri na yenye kukidhi mahitaji yako.

English transaltion
Alice: Hello Mary, how are you today?

Mary: I'm doing great Alice, how about you?

Alice: Thank you. I am looking for an apartment on sale, I am planning to buy one.

Mary: Really? What size and location are you looking for?

Alice: I want a three-bedroom apartment in a good location, close to a school, hospital and a shop.

Mary: Okay, I know of some nice apartments in Mbezi area. They meet your criteria. Would you like us to visit them together?

Alice: Yes, it would be great if we visit them together. Do you know any reliable real estate agents we can contact?

Mary: Yes, I have a friend who is a real estate agent. He will help us find a good apartment at a good price.

Alice: That would be great. We should plan and meet him and go check out the apartments.

Mary: Okay, I have his phone number. I will call him and schedule the right date and time to meet.

Alice: Thank you very much Mary, I am really happy to have a friend like you.

Mary: Thank you too Alice, I'm glad to be your friend. We will go and make sure you get a nice apartment that meets your needs.

MANENO MAPYA
Kununua - to buy

Ghorofa - apartment

Mpango - plan

Vyumba vitatu - three rooms

Mahali pazuri - good location

Karibu na - near to
Shule - school
Hospitali - hospital
Maduka - shops
Wakala - agent
Kuaminika - reliable
Bei nzuri - good price

Tarehe - date
Wakati sahihi - right time
Rafiki - friend
Kuhakikisha - to ensure
Kukidhi - to meet
(requirements)

ZOEZI 27

1. Alice anafanya nini?
   a) Anatembelea maduka
   b) Anatafuta ghorofa za kuuza
   c) Anapumzika nyumbani
   d) Anasoma kitabu
2. Alice anatafuta ghorofa yenye vyumba vingapi?
   a) Chumba kimoja
   b) Vyumba viwili
   c) Vyumba vitatu
   d) Vyumba vinne
3. Alice anapendelea ghorofa iwe karibu na vitu gani?
   a) Shule na hospitali
   b) Migahawa na sinema
   c) Mabasi na treni
   d) Bustani na mbuga
4. Mary anafahamu eneo gani lenye ghorofa nzuri?
   a) Mbezi
   b) Kinondoni
   c) Kariakoo
   d) Oysterbay
5. Ni nani ambaye Mary anamjua ambaye ni wakala wa majengo?
   a) Alice
   b) Rafiki yake
   c) Dada yake

d) Baba yake
6. Alice anataka kufanya nini na Mary?
   a) Kupika chakula pamoja
   b) Kukutana na wakala wa majengo
   c) Kwenda kwenye tamasha
   d) Kusafiri kwenda mji mwingine

DIALOGUE 28

Maisha Zanzibar – Life in Zanzibar

Menna and Suleiman are having a conversation in Zanzibar. Menna expresses his love for the country and Suleiman suggests various activities and attractions for Menna to explore.

Menna: Habari za leo kaka?

Suleiman: Nzuri sana, karibu Zanzibar. Unaipenda nchi yetu?

Menna: Ndiyo, nimefurahi sana kuwa hapa. Naipenda sana Zanzibar.

Suleiman: Ni kweli, Zanzibar ni mahali pazuri sana. Kuna mambo mengi ya kufurahisha kama vile michezo ya baharini, vyakula vya baharini na hata tamasha la Sauti za Busara.

Menna: Ndiyo. Nimesikia kuhusu tamasha hilo. Huwa inafanyika lini?

Suleiman: Kwa kawaida, tamasha la Sauti za Busara hufanyika mwezi Februari kila mwaka. Ni tamasha kubwa na maarufu sana hapa Zanzibar na hujumuisha wasanii kutoka nchi mbalimbali za Kiafrika.

Menna: Hii ni nzuri sana. Ni mambo gani mengine unaweza kupendekeza kwa wageni ambao wangependa kujua zaidi kuhusu maisha ya Zanzibar?

Suleiman: Kuna mambo mengi ya kufurahisha kufanya hapa. Unaweza kutembelea mji mkongwe wa Stone Town na kujifunza kuhusu historia yake na utamaduni wa Wazanzibari. Unaweza pia kutembelea bustani ya viungo na kujifunza kuhusu viungo mbalimbali vya chakula ambavyo vinazalishwa hapa Zanzibar.

Menna: Hii ni nzuri sana. Asante sana kwa maelezo yako, nitajitahidi kufanya mambo haya yote kabla ya kuondoka.

English transaltion

Menna: How are you today, brother?

Suleiman: I'm doing very well, welcome to Zanzibar. Do you like our country?

Menna: Yes, I'm very happy to be here. I really love Zanzibar.

Suleiman: That's true, Zanzibar is a very beautiful place. There are many enjoyable things like water sports, seafood, and even the *Sauti za Busara* festival.

Menna: Yes, I've heard about the festival. When does it take place?

Suleiman: Usually, the *Sauti za Busara* festival takes place in February every year. It's a big and popular festival here in Zanzibar, it brings artists from various African countries together.

Menna: That's great. What other things can you recommend for visitors who would want to learn more about life in Zanzibar?

Suleiman: There are many enjoyable things to do here. You can visit the historic Stone Town and learn about its history and the culture of the Zanzibari people. You can also visit the spice gardens and learn about the various spices that are produced here in Zanzibar.

Menna: That sounds wonderful. Thank you so much for the information. I will try and do all these things before I leave.

MANENO MAPYA

Michezo ya baharini - Water sports

Vyakula vya baharini - Seafood

Tamasha - Festival

Sauti za Busara - A renowned music festival held in Zanzibar

Mji mkongwe - Stone Town (historic part of Zanzibar City)

Utamaduni - Culture

Wazanzibari - People of Zanzibar

Bustani ya viungo - Spice gardens

Viungo - Spices   **Zalishwa** - Produced

ZOEZI 28

1. Je Suleiman anaipenda nchi yake?
   a) Ndiyo, anapenda sana Zanzibar
   b) Hapendi nchi yake
   c) Hapendi Zanzibar
   d) Hapendi michezo ya baharini
2. Tamasha la Sauti za Busara hufanyika lini?
   a) Mwezi Machi
   b) Mwezi Januari
   c) Mwezi Februari
   d) Mwezi Aprili
3. Tamasha la Sauti za Busara linavutia watu kutoka wapi?
4. a) Nchi za Ulaya
   b) Nchi za Asia
   c) Nchi za Amerika
   d) Nchi za Kiafrika
5. Kuna kitu gani maarufu kwenye tamasha la Sauti za Busara?
   a) Michezo ya baharini
   b) Vyakula vya baharini
   c) Michezo ya ardhi
   d) Burudani ya muziki
6. Unaweza kujifunza nini kuhusu Stone Town?
   a) Historia na utamaduni wa Wazanzibari
   b) Historia ya vyakula vya baharini
   c) Historia ya viungo
   d) Historia ya michezo ya baharini
7. Bustani ya viungo inajulikana kwa nini?
   a) Kuzalisha viungo vya chakula
   b) Kuzalisha maua
   c) Kuzalisha matunda
   d) Kuzalisha samaki

DIALOGUE 29

Hali ya hewa – Weather condition

Juma and Mary are having a conversation about the weather and its impact on their daily lives. They discuss the extreme heat and drought conditions they have been experiencing lately, as well as the need for adequate rainfall. They also talk about the importance of staying hydrated and finding ways to stay cool during hot weather.

Juma: Habari yako, Mary?

Mary: Nzuri, asante. Habari yako?

Juma: Nipo vizuri pia. Lakini hali ya hewa inanisumbua kidogo.

Mary: Ni kweli, imekuwa ya joto sana hivi karibuni.

Juma: Ndiyo, nimesikia kwamba joto limeongezeka sana mwaka huu.

Mary: Na si hilo tu, pia kumekuwa na ukame. Mito mingi imekauka na wakulima wanapata shida kupata maji ya kumwagilia mashamba yao.

Juma: Ni kweli kabisa. Nafikiri tunahitaji mvua kubwa ili kutatua tatizo la ukame.

Mary: Ndio, lakini pia inaweza kusababisha mafuriko, kwa hivyo tunahitaji mvua inayofaa.

Juma: Hilo ni kweli. Lakini kwa sasa, nitajitahidi kuvumilia hali ya joto na kukaa ndani au kivulini kadri niwezavyo.

Mary: Ndio, hilo ni wazo zuri. Na pia tunapaswa kuhakikisha tunakunywa maji ya kutosha ili kuzuia kuyumba kwa mwili.

Juma: Asante kwa ushauri, nitahakikisha ninakunywa maji ya kutosha.

Mary: Karibu sana! Twende tukajipatie vinywaji baridi ili kupunguza joto kidogo.

English translation

Juma: How are you, Mary?

Mary: I'm fine, thank you. How about you?

Juma: I'm also good. But the weather is bothering me a bit.

Mary: True, it has been very hot recently.

Juma: Yes, I heard that the temperature has increased significantly this year.

Mary: Not only that, there has also been a drought. Many rivers have dried up, and farmers are having trouble getting water for irrigation.

Juma: That's absolutely true. I think we need heavy rainfall to solve this drought problem.

Mary: Yes, but it can also cause floods, so we need a moderate amount of rain.

Juma: That's true. For now, I will try to endure the heat by staying indoors or in the shade as much as possible.

Mary: Yes, that's a good idea. We should also make sure we drink enough water to prevent dehydration.

Juma: Thank you for the advice. I will make sure I drink enough water.

Mary: You're welcome! Let's go and get some cold drinks to cool down a bit.

MANENO MAPYA

Hali ya hewa - Weather
Joto - Heat
Ukame - Drought
Mito - Rivers
Wakulima - Farmers
Maji ya kumwagilia - Irrigation water
Mvua - Rain
Mafuriko - Floods

Kiasi - Amount
Kuvumilia - To endure
Kivuli - Shade
Kuyumba - Imbalance
Ushauri - Advice
Kutosha - Adequate
Vinywaji baridi - Cold drinks

ZOEZI 29

Jaza nafasi tupu:

1. Mary anaashauri kwamba wanapaswa kunywa _____
ili kubakia na maji ya kutosha mwilini wakati wa joto.

a) kahawa   c) maji

b) soda   d) juisi

2. Sema Kweli au Uongo:

Juma. anapanga kutumia muda zaidi nje katika kivuli.

a) Kweli

b) Uongo

3. Chagua sentensi sahihi:

Juma na Mary wanakubaliana kwenda_____ili
kupunguza joto kidogo.

a) kuogelea

b) kwenda kufanya safari ya kutembea

c) kwenda kujipatia vinywaji baridi

d) kwenda kutembea kwa baiskeli

4. Jaza nafasi tupu:

Mary anaashauri Juma_____wakati wa hali ya hewa ya
joto.

a) kuvaa nguo nyepesi

b) kunywa maji ya kutosha

c) kutafuta kivuli

d) kufanya mazoezi ya mwili

DIALOGUE 30

Misimu nchini Kenya- Seasons in Kenya

Moses and John are having a conversation about the recent changes in the weather in Kenya. Moses expresses his interest in the climate changes. John asks why he is fascinated by it.

Moses: Habari yako John?
John: Nzuri sana. U hali gani?
Moses: Nzuri tu. Unajua, nimevutiwa na mabadiliko ya hali ya hewa ya hivi karibuni.
John: Ndio, mabadiliko ya hali ya hewa yanahisiwa sana katika maeneo mengi. Kwa nini umevutiwa nalo?
Moses: Nimekuwa nikitafakari jinsi msimu unavyobadilika hapa Kenya. Je, unafahamu kuhusu msimu wa mvua na msimu wa kiangazi?
John: Ndio. Kenya ina misimu miwili; msimu wa mvua na msimu wa kiangazi. Msimu wa mvua ni kuanzia mwezi wa Machi hadi Mei, kisha Novemba hadi Disemba. Msimu wa kiangazi ni kuanzia Juni hadi Oktoba.
Moses: Sawa. Hivyo msimu wa mvua ni wakati wa kuvaa nguo nzito na msimu wa kiangazi ni wakati wa kuvaa nguo nyepesi?
John: Ndio. Lakini pia unahitaji kuvaa nguo za kulinda ngozi yako dhidi ya jua kali wakati wa msimu wa kiangazi.
Moses: Nimeelewa. Ni muhimu sana kuvaa nguo sahihi kulingana na msimu wa mwaka ili kuwa na afya njema. Asante kwa kunifahamisha zaidi kuhusu misimu za Kenya.
John: Karibu sana, nipo hapa kukusaidia wakati wowote ninapoweza.

English transaltion

Moses: How are you John?
John: I am very well, how are you?

Moses: I'm fine. You know, I've been interested in the recent changes in the weather.

John: Yes. The change in climate is being felt in many areas. Why are you interested?

Moses: I've been reflecting on how the seasons change here in Kenya. Do you know about the rainy season and the dry season?

John: Yes. Kenya has two seasons; the rainy season and the dry season. The rainy season is from March to May, then from November to December. The dry season is from June to October.

Moses: Okay, so the rainy season is the time to wear rain gears and the dry season is the time to wear light clothes?

John: Yes, but you also need to wear clothes that protect your skin from the intense sun during the dry season.

Moses: I understand. It is very important to wear the right clothes depending on the season of the year in order to be healthy. Thank you for providing more information about the seasons here in Kenya.

John: You're very welcome. I'm here to help wherever I can.

MANENO MAPYA

habari - news, greetings
hali - condition, state
mabadiliko - changes
hali ya hewa - weather
msimu - season
mvua - rain
kiangazi - dry season/summer
nguo - clothes
kuvaa - to wear

nyepesi - light, thin
kulinda - to protect
ngozi - skin
jua - sun
kiafya - healthy
kunifahamisha - to inform me
wakati wowote - anytime, whenever

ZOEZI 30

Match the following terms related to seasons and weather with their corresponding descriptions.

Terms:
1. Msimu wa mvua
2. Msimu wa kiangazi
3. Nguo za mvua/nguo nzito
4. Nguo nyepesi
5. Jua kali

Descriptions:

A. Light clothes suitable for hot weather.

B. The season characterized by dry and hot weather in Kenya, occurring from June to October.

C. The season characterized by heavy rainfall in Kenya, occurring from March to May and November to December.

D.Clothes specifically designed to protect against rain.

E. Intense and strong sunlight during the hot season.

Instructions: Write the corresponding letter (A, B, C, D, or E) next to each term (1, 2, 3, 4, or 5) to match it with the correct description.

DIALOGUE 31

Kupanda mlima Kilimnajaro - Climbing Mt. Kilimanjaro

The dialogue is between a tourist (Mtalii) and a local host (Mwenyeji) in Tanzania. The tourist expresses their love for Tanzania and their intention to climb Mount Kilimanjaro, the tallest mountain in Africa. The local host provides details about the mountain's height, its location within the Kilimanjaro National Park and advises the tourist on the necessary preparations.

Mtalii: Habari za leo?

Mwenyeji: Nzuri sana, karibuni Tanzania. Mnaipenda nchi yetu?

Mtalii: Ndiyo, tunaipenda sana. Tunapanga kupanda mlima Kilimanjaro. Unaweza kutupa maelezo zaidi kuhusu mlima huo?

Mwenyeji: Ndiyo. Mlima Kilimanjaro ni mlima mrefu zaidi barani Afrika, ukiwa na urefu wa mita 5,895 juu ya usawa wa bahari. Ni sehemu kubwa katika hifadhi ya kitaifa ya Kilimanjaro.

Mtalii: Kweli, ni mlima mkubwa sana. Tunahitaji kujiandaa vizuri. Tunahitaji kiasi gani cha muda kupanga kabla ya kuupanda?

Mwenyeji: Kwa kawaida, inashauriwa kupanga angalau miezi miwili kabla ya kupanda mlima. Unahitaji kupata vibali na kutafuta viongozi wa kupanda wanaoaminika.

Mtalii: Tumeshasikia kuhusu hali ya hewa kali na changamoto za kupanda mlima. Je, unaweza kutupa maelezo zaidi kuhusu hilo?

Mwenyeji: Ndiyo. Inashauriwa kupima afya yako na kuhakikisha una nguvu za kutosha kabla ya kupanda mlima. Pia, unahitaji vifaa vya kutosha na mavazi ya kuzuia baridi. Hata hivyo, utakapopanda utapata mandhari mazuri na utahisi vizuru sana kiasi cha kwamba hutawahi kusahau ulivyohisi kwenye mlima huo maishani.

Mtalii: Asante sana kwa maelezo yako. Tumejifunza mengi kuhusu mlima Kilimanjaro na tupo tayari kupanda.

English translation

Tourist: How are you today?

Host: Very good, welcome to Tanzania. Do you like our country?

Tourist: Yes, we love it. We are planning to climb Mount Kilimanjaro. Can you give us more information about the mountain?

Host: Yes. Mount Kilimanjaro is the tallest mountain in Africa, with a height of 5,895 meters above sea level. It is a significant part of the Kilimanjaro National Park.

Tourist: That's impressive, it's a very huge mountain. We need to prepare well. How much time do we need for planning before climbing?

Host: Generally, it is recommended to plan for at least two months before climbing the mountain. You need to obtain permits and find reliable mountain guides.

Tourist: We have heard about the extreme weather conditions and challenges of climbing the mountain. Can you provide us with more details about that?

Host: Yes, it is advisable to have a health check-up and ensure you have enough strength before climbing the mountain. You also need sufficient equipment and cold-weather clothes. However, when you climb, you will find a breathtaking scenery and experience an amazing feeling that you will never forget in your life.

Tourist: Thank you very much for the information. We have learned a lot about Mount Kilimanjaro, we are ready to climb.

MANENO MAPYA

Mlima Kilimanjaro - Mount Kilimanjaro
Urefu - height
Usawa wa bahari - sea level
Hifadhi ya kitaifa - national park
Vibali - permits
Viongozi wa kupanda - mountain guides
Hali ya hewa kali - harsh weather conditions
Kuzuia baridi - prevent/coldproof
Mandhari mazuri - beautiful scenery
Kusahau – forget
Karibuni - welcome

Maelezo - information
Mrefu zaidi - tallest
Barani Afrika - in Africa
Kupanga - to plan
Muda - time
Miezi - months
Kupima - to measure
Afya - health
Nguvu - strength
Vifaa - equipment
Mavazi - clothing
Kiasi cha - amount of
Hisi - feel/sense
Vizuri sana - very good/nice
Kusahau - to forget
Uliyohisi –that you felt
Maishani - in life

ZOEZI 31

Chagua jibu sahihi kwa kila swali kulingana na mazungumzo:

1. Ni nini **mada** kuu ya mazungumzo kati ya mtalii na mwenyeji?
   A. Afya na ustawi
   B. Wanyama pori wa Tanzania
   C. Mlima Kilimanjaro
   D. Vyakula vya asili

2. Mlima Kilimanjaro una urefu gani?
   A. 5,895 mita
   B. 4,000 mita
   C. 3,000 mita
   D. 6,000 mita

3. Mlima Kilimanjaro iko katika sehemu gani?
   A. Hifadhi ya taifa   C. Jangwa
   B. Safu ya milima   D. Ziwa
4. Inashauriwa kupanga kwa muda gani kabla ya kupanda Mlima Kilimanjaro?
   A. Mwezi mmoja   C. Miezi sita
   B. Wiki moja   D. Miezi miwili

DIALOGUE 32

Fursa za kazi katika "NGO"- Job opportunities at NGO's

In this dialogue, Hassan and Mariam are discussing job opportunities in non-governmental organizations (NGOs). Mariam expresses her interest in working in an NGO to bring a positive impact in the society.

Hassan: Habari yako rafiki yangu?

Mariam: Nzuri sana, U hali gani?

Hassan: Salama sana. Nimekuwa nikifuatilia mashirika yasiyo ya kiserikali (NGO) ambayo yana fursa za kazi. Umewahi kufanya kazi katika *NGO* yoyote?

Mariam: Hapana, lakini nina nia ya kufanya kazi katika *NGO*. *Hii ni* kwa sababu ningependa kufanya kazi ambayo inaweza kuleta mabadiliko chanya katika jamii yetu.

Hassan: Ni sawa kabisa, nami ninaunga mkono hoja yako. Kuna mashirika mengi ya *NGO* ambayo yana fursa za kazi. Unaweza kuangalia kwenye tovuti za mashirika kama vile *CARE, Oxfam* na *Save the Children*.

Mariam: Asante kwa ushauri wako, nitatafuta kazi katika mashirika haya. Je, unajua mashirika mengine yanayofaa ambayo yanaweza kuwa na fursa za kazi?

Hassan: Ndiyo, kuna mashirika mengine kama vile *World Vision, Plan International* na *UNICEF* ambayo ni maarufu kwa kazi zao za kibinadamu. Kwa hivyo, ni vizuri kuchunguza kila shirika ili kuona ikiwa fursa za kazi zinapatikana.

Mariam: Nimekuelewa. Nitachunguza mashirika haya kwa undani ili niweze kuona kama kuna fursa ya kazi. Asante sana Hassan kwa msaada wako.

Hassan: Karibu sana, ninafurahi kusaidia. Natumai utapata kazi ambayo inakufaa na inakuridhisha.

English translation

Hassan: How are yoy my friend?

Mariam: I'm very well, how about you?

Hassan: I'm doing great. I have been following non-governmental organizations (NGOs) that have job opportunities. Have you ever worked in any NGO?

Mariam: No, but I am interested in working in an NGO. This is because I want a role that can bring positive change to our community.

Hassan: That's absolutely fine, I support your idea. There are many NGOs that are offering job opportunities. You can check the websites of organizations like CARE, Oxfam and Save the Children.

Mariam: Thank you for your advice, I will look into these organizations for job opportunities. Do you know any other suitable organization that might have job openings?

Hassan: Yes, there are other organizations such as World Vision, Plan International and UNICEF that are well-known for their humanitarian work. So, it's good to explore each organization and see if there are any job opportunities available.

Mariam: I understand. I will do a detailed research of these organizations and see if they have any job opportunities. Thank you so much, Hassan, for your assistance.

Hassan: You're very welcome, I'm happy to help. I hope you find a job that suits you and brings you satisfaction.

MANENO MAPYA

Mashirika yasiyo ya kiserikali - Non-governmental organizations (NGOs)

Fursa za kazi - Job opportunities
Kuleta mabadiliko chanya - Bring positive change
Tovuti - Website
Maarufu - Well-known
Kazi za kibinadamu - Humanitarian work
Chunguza - Explore, investigate
Msaada - Assistance, help
Kuridhisha - Satisfying, fulfilling
Undani - In detail, thoroughly

Nia - Intention, purpose
Hoja - Argument, point
Ushauri - Advice, counsel
Chunguza - Explore, investigate
Kufahamu - Understand, know
Jamii - Community, society
Kibinadamu - Humanitarian
Utafutaji - Search, exploration
Kuridhisha - Satisfying, fulfilling

ZOEZI 32

1. Kwa nini Mariam anataka kufanya kazi katika NGO?
   A) Kupata mshahara mkubwa
   B) Kuleta mabadiliko chanya katika jamii
   C) Kusafiri kwenda nchi mbalimbali
   D) Kukutana na watu wapya
2. Ni mashirika gani ambayo Hassan anapendekeza Mariam ayatafute kwa fursa za kazi?
   A) CARE, Oxfam na Save the Children
   B) World Vision, Plan International, na UNICEF
   C) Red Cross, Doctors Without Borders, na Greenpeace
   D) United Nations, World Bank, na International Monetary Fund
3. Mariam anahahidi nini baada ya ushauri wa Hassan?
   A) Kuacha kutafuta kazi katika NGO
   B) Kuomba kazi katika mashirika yote yaliyopendekezwa
   C) Kuwasiliana na Hassan kwa msaada zaidi

D) Kutojali ushauri na kutafuta fursa za kazi nyingine

DIALOGUE 33

Kazini – At work

This conversation regarding an ongoing project takes place between a manager and Jane, a team member. The manager asks Jane if she has received any new information about the project. Jane responds positively, mentioning that she has received an email and read the latest updates about the project.

Meneja: Habari yako Jane? Umepata taarifa mpya kuhusu mradi wetu?

Jane: Nzuri sana, asante kwa kuuliza. Ndio, nimetumiwa barua pepe na nimeweza kusoma taarifa za hivi karibuni za mradi wetu.

Meneja: Vizuri sana. Kuna mambo yoyote mapya ambayo umeyapata?

Jane: Ndio, tumeongeza idadi ya wafanyakazi wa mradi wetu na tumepata ufadhili zaidi kutoka kwa wafadhili wetu wa kimataifa. Tunaongeza pia rasilimali zetu za kiufundi kwa kutumia programu mpya.

Meneja: Haya ni mafanikio mazuri sana. Je, bado kuna changamoto katika utekelezaji wa mradi?

Jane: Kuna changamoto kadhaa ambazo tunakabiliana nazo, kama vile kuzoea programu mpya, kupata ujuzi zaidi kuhusu teknolojia mpya na kuhakikisha kwamba timu yetu inafanya kazi vizuri kwa pamoja.

Meneja: Sawa. Tutaandaa mafunzo zaidi kwa timu yetu ili kuzidi kuimarisha ujuzi wao. Hata hivyo, nataka kukushukuru kwa kazi yako nzuri hadi sasa. Tuna matarajio makubwa kwako na timu yako.

Jane: Asante sana bwana. Tunaahidi kufanya kazi kwa bidii ili kuhakikisha mradi huu unafanikiwa.

English translation

Manager: How are you Jane? Have you received any new information about our project?

Jane: I'm doing great, thank you for asking. Yes, an email has been sent and I have been able to read the latest updates about our project.

Manager: That's great. Have you discovered any new developments?

Jane: Yes, we have increased the number of project staff and secured additional funding from our international donors. We are also enhancing our technical resources by using a new software.

Manager: Those are very good achievements. What challenges are we still facing in project implementation?

Jane: We are facing several challenges; Adapting to the new software, gaining more knowledge about new technologies and ensuring effective teamwork within our team.

Manager: Okay. We will organize further training for our team to enhance their skills. However, I want to thank you for your excellent work so far. We have high expectations for you and your team.

Jane: Thank you very much, Sir. We promise to work hard to ensure the success of this project.

MANENO MAPYA

Taarifa mpya: New information

Barua pepe: Email

Hivi karibuni: Recently

Ufadhili: Funding

Wafadhili wetu wa kimataifa: Our international donors

Rasilimali za kiufundi: Technical resources

102

Programu mpya: New software
Changamoto: Challenges
Kuzoea: Adapting
Ujuzi: Skills
Teknolojia mpya: New technologies

Mafunzo: Training
Kuimarisha: Strengthening
Matarajio: Expectations
Fanya kazi kwa bidii: Work diligently
Mradi huu: This project

ZOEZI 33

1. Ni changamoto zipi ambazo wanakabiliana nazo katika utekelezaji wa mradi?
   A) Kupata ujuzi wa kiufundi
   B) Kuweka bajeti
   C) Kupanga ratiba ya mikutano
   D) Kupata vifaa vipya
2. Meneja amependekeza nini ili kuimarisha ujuzi wa timu?
   A) Kupunguza majukumu ya timu
   B) Kuandaa mafunzo zaidi
   C) Kupata wafanyakazi wapya
   D) Kufanya mkutano wa timu

DIALOGUE 34

Vyombo vya habari. - Media

Two friends Alex and Brian, are having a conversation about staying updated with the latest news. They engage in a discussion about various sources of news like television, radio and newspapers.

Alex: Habari yako rafiki Brian, umetazama taarifa ya habari leo?

Brian: Ndio, nilitazama habari za saa moja jioni. Kulikuwa na habari nyingi za kuvutia.

Alex: Kweli, kuna mambo mengi yanayoendelea duniani. Unafuatilia vipindi vya habari kwenye runinga pekee?

Brian: Hapana. Napenda kutazama vipindi vya habari kwenye runinga lakini wakati mwingine nasikiliza redio na pia kusoma magazeti.

Alex: Hivi sasa kuna chombo kipya cha habari kinachoitwa *podcast*. Umewahi kukisikiliza?

Brian: Ndio, nimesikiliza *podcast* kadhaa. Ni njia nzuri ya kupata habari na maoni kutoka kwa wataalamu.

Alex: Ndio, *podcast* zinazidi kuwa maarufu duniani kote. Unafikiri zinafanya kazi nzuri ya kuelimisha watu?

Brian: Ndiyo, ninaamini zinafanya kazi nzuri. Zinaongeza mtazamo mpya na maoni kwenye mada mbalimbali.

Alex: Asante kwa mawazo yako. Ni muhimu kuwa na vyanzo mbalimbali vya habari ili kupata habari kamili na sahihi.

Brian: Sawa, nashukuru kwa mazungumzo. Tutaonana tena.

English translation

Alex: Hello my friend Brian, how are you? Have you watched the news today?

Brian: Yes, I watched the 7 p.m news. There were a lot of interesting news.

Alex: Indeed, there are many things happening in the world. Do you only follow news programs on television?

Brian: No, I like to watch news programs on television, but sometimes I listen to the radio and read newspapers.

Alex: Nowadays, there is a new news medium called podcasts. Have you ever listened to any of them?

Brian: Yes, I have listened to some podcasts. They are a good way to get news and opinions from experts.

Alex: Yes, podcasts are becoming popular worldwide. Do you think they do a good job of educating people?

Brian: Yes, I believe they do a good job. They provide fresh perspectives and opinions on various topics.

Alex: Thank you for your thoughts. It is important to have multiple sources of news to obtain complete and accurate information.

Brian: Alright, thank you for the conversation. See you again.

MANENO MAPYA

Taarifa ya habari: News report
Saa moja jioni: 7 p.m.
Kuvutia: Interesting
Unafuatilia: You are following
Runinga: Television
Wakati mwingine: Sometimes
Nasoma: I read
Chombo: Medium

Njia nzuri: Good way
Maoni: Opinion(s)
Kuelimisha: Educating
Mtazamo mpya: New perspective
Habari kamili: Exact news
Sahihi: Accurate
Mazungumzo: Conversation

ZOEZI 34

Andika ni **kweli** au <mark>uongo</mark> kulingana na mazungumzo
1. Brian alitazama taarifa ya habari leo. -<u>Kweli</u> auUongo?
2. Brian anafuatilia vipindi vya habari kwenye runinga peke yake. - Kweli au Uongo?
3. *Podcast* ni chombo kipya cha habari. - Kweli au Uongo?
4. Brian hajawahi kusikiliza *podcast*. - Kweli au Uongo?
5. *Podcast* zinaongeza mtazamo mpya na maoni kwenye mada mbalimbali. - Kweli au Uongo?
6. Alex anaamini kuwa *podcast* hazina umuhimu katika upatikanaji wa habari. -Kweli au Uongo?
7. Ni muhimu kuwa na vyanzo mbalimbali vya habari ili kupata habari kamili na sahihi. - Kweli au Uongo?
8. Alex na Brian hawakufurahishwa na mazungumzo yao. Kweli au Uongo?
9. Brian anataka kuonana tena na Alex. -Kweli auUongo?
10. Habari kamili na sahihi sio muhimu kulingana na Alex na Brian. - Kweli au Uongo?

****

ADDITIONAL SWAHILI PHRASES
1. Kushukuru -<mark>Giving thanks</mark>

Asante
Thank you!
Asante sana!
Thank you so much!
Nimeshukuru.
Thank you/ I am grateful
Ubarikiwe.
Be blessed.
Mungu akubariki.
May God bless you.

Mungu akubariki na zaidi.
May God bless you with more.
Wewe ni karimu sana.
You are very kind.
Mungu akubariki kwa ukarimu wako.
May God bless you for your kindness.

2. Kuhimiza mtu - Encouraging someone

Hongera!
Congratulation!
Pongezi!
Congratulations
Heko!
Congratulations
Vizuri sana!
Very good!
Kazi nzuri!
Good job!
Endelea vivyo hivyo

Continue with the same efforts.
Tia bidii!
Work hard!
Mungu akubariki!
God bless you.
Wewe ni mfano mwema.
You are a good example.
Wewe ndiye bora!
You are the best!

3. Talking with kids in swahili

Habari za asubuh!
Good morning!
Njoo hapa!
Come here!
Ndiyo, tafadhali.
Yes, please.
Asante!
Thank you!
Ninakuamini

I believe in you
Kuwa mwangalifu.
Be careful!
Usiguse!
Don't touch!
Nikumbatie.
Hug me.
Kazi nzuri!
Good job!

107

Nibebe!

Carry me!

Umeamkaje?

How did you wake up?

Nawa mikono yako.

Wash your hands.

Sugua meno yako.

Brush your teeth.

Umesugua meno yako?

Have you brushed your teeth?

Chana nywele zako.

Comb your hair.

Tandika kitanda chako.

Spread your bed.

Vaa viatu vyako.

Put on your shoes.

Funga viatu vyako.

Tie your shoes.

Ni wakati wa kiamsha kinywa.

It's time for breakfast.

Ni wakati wa kulala

It is time for sleep.

Ni wakati wa kucheza.

It is time for playing.

Ni wakati wa kwenda shuleni.

It is time to go to school.

Unataka chai zaidi?

Do you need more tea?

Ninaweza kukusaidia?

Can I help you?

Nisaidie, tafadhali.

Help me please.

Wacha hiyo, ni mbaya!

Leave that, it's bad.

Tunafaa kwenda.

We are supposed to go.

Tembea tafadhali.

Walk please.

Leta mkono wako.

Bring your hand.

Shika mkono wangu.

Hold my hand.

Keti chini

Sit down.

Kuna ngapi?

How many(items) are there?

Nakupenda sana

I love you so much.

Marafiki zako wako hapa.

Your friends are here.

Mwalimu alisema kuwa...

The teacher said that...

Mwalimu alisema nini?

What did the teacher say?

Angalia hapa.

Look here.

Uko wapi?

Where are you?

Usicheze kwenye mvua!

Don't play in the rain.

Funga mlango.

Close the door.

Uko sawa.

You are okay.

Uko sawa?
Are you okay?
Unataka nini?
What do you want?
Shule ilikuwa vipi?
How was the school?
Ulisoma nini?
What did you study?
Unaweza kuifanya!
You can do it!
Jaribu tena.
Try again.
Ifanye tena
Do it again.
Umefanya vizuri.
You have done well.
Unaipenda?
Do you like it?
Naipenda.
I like it.
Niambie tena.
Tell me again.
Ni zamu yangu.
It is my turn.
Umeshinda.
You have won.
Nilishinda.
I won.
Tayarisha meza.
Prepare the table.
Unaskia njaa?
Are you feeling hungry?
Unataka maji?
Do you want water?

Unataka kula?
Do you want to eat?
Njoo ule!
Come and eat!
Kula polepole
Eat slowly
Unataka nyingine?
Do you want another?
Badilisha nguo yako.
Change your clothes.
Leta nikusaidie.
Bring so that I help you.
Zima taa.
Turn off the lights.
Washa taa.
Turn on the lights.
Unataka kusoma kitabu?
Do you want to read a book?
Unataka kutazama runinga?
Do you want to watch Tv?
Unataka kucheza?
Do you want to play?
Unataka kulala?
Do you want to sleep?
Unataka kufanya nini?
What do you want to do?
Safisha chumba chako.
Clean your room.
Lala salama!
Sleep well!
Umeumia?
Are you hurt?

Jitayarishe!
Get ready!

Nani anakusumbua?
Who is disturbing you?

4. Talking to your doctor in Swahili

Unatatizo gani?
Which problem do you have?
Kichwa changu kinauma.
I have a headache
Koo langu linauma.
I have a sore throat.
Nina homa.
I have a fever
Mimi ni mgonjwa.
I am sick.
Inauma wapi sana?
Where does it hurt the most?
Inauma hapa.
It hurts here.
Ninahisi joto.
I am feeling warm.
Imeanza kuuma tangu lini?
When did it start hurting?
Tangu jana.
Since yesterday.
Joto limepanda haraka.
The temperature has risen fast.
Lala hapa
Lie here
Fungua mdomo wako.
Open your mouth

Toa ulimi nje.
Remove the tongue out.
Unahisi vipi.
How are you feeling.
Ninahisi vibaya.
I am feeling bad.
Ninahisi uchungu.
I am feeling pain.
Nilipata ajali.
I had an accident.
Nina kidonda.
I have a wound.
Nimetapika mara moja.
I have vomited once.
Ninahisi uchovu sana.
I am feeling very tired.
Ninachemua.
I am sneezing.
Ninahisi kichefuchefu
I feel unconscious
Ninakohoa.
I have a cough.
Ninafaa kula nini?
What should eat?
Ninaenda kukuandikia dawa.
I am going to prescribe medicine for you.
Mara ngapi kwa siku?

How many times per day?
Unahitaji kumeza dawa.
You need to swallow the medicine.
Mara mbili kwa siku.
Two times per day.
Baada au kabla ya kula?
After or before eating?
Unafaa kumeza baada ya kula.
You should take after eating.

Matokeo ya damu yatatoka lini?
When will the blood results be out?
Ugonjwa.
Disease.
Kisukari.
Hepatitis.
Shinikizo la damu.
High blood pressure.
Unahitaji kupumzika.
You need to rest.

5. Kuomba Msamaha - Asking for forgiveness

Pole. – *Sorry.*
Nisamehe tafadhali. –*Forgive me please.*
Sitarudia tena. –*I won't repeat it.*
Ninaomba msamaha. –*I am asking for forgiveness.*
Sikukusudia kukuumiza. – *I did not intend to hurt you.*
Ninakiri makosa yangu na ninaomba msamaha. –*I accept my mistake and I ask for forgiveness.*

6. Kupata taarifa (Getting information)

1. Makumbusho yako wapi? –*Where is the museum?*
2. Maegesho yako wapi? –*Where is the parking?*
3. Ninaweza kuegesha gari langu wapi? -*Where can I park my car?*
4. Kituo cha basi/treni kiko wapi? -*Where is the bus/train station?*
5. Kituo cha mafuta ya gari kiko wapi? -*Where is the petrol station?*

6. Hospitali ya karibu iko wapi? - *Where is the nearest hospital?*

7. Ninaweza kupata wapi tiketi? -*Where can I get a ticket?*

8. Unatoka wapi? - *Where are you from? /Where do you come from?*

9. Ni umbali kiasi gani? – *How far is it?*

10. Unataka nini? - *What do you want?*

11. Ungependa nikusaidie vipi? - *How would you like me to help you?*

12. Ninaweza kukusaidia? - *Can I help you?*

13. Hii ni nini kwa Kiingereza? -*What is this in English?*

14. Je, kuna saiba hapa karibu? -Is there a cyber nearby?

15. Ninaweza kununua wapi laini ya simu? -*Where can I buy a simcard?*

16. Hiyo ishara inamaanisha nini? -*What does that sign mean?*

17. Hii inamaanisha nini? -*What does this mean?*

18. Choo kiko wapi? -*Where is the toilet?*

19. Ninaweza kujisaidia wapi? -*Where can I relieve myself? (polite)*

20. Nitaenda vipi sokoni? -*How will I go to the market?*

21. Ofisi ya kuwekesha tiketi iko wapi? -*Where is the booking office?*

22. Inachukua muda gani? -*How long does it take?*

23. Je, hii ni nzuri? -*Is this good?*

24. Samahani unaweza kuniambia mahali mji wa Moshi upo? -*Excuse me, can you tell me where Moshi town is?*

25. Hii ni ya nini? - *What is this for?*

26. Kuna nini? -*What is the matter?*

27. Kuna shida gani? -*What is the problem/matter?*

28. Kuna shida? - *Is there a problem?*

29. Hakuna shida, sivyo? - *There is no problem, isn't it?*

30. Ofisi ya habari iko wapi? -*Where is the information office?*

31. Tunaweza kwenda huku? - *Can we go this side?*

32. Twende hivi? -Can we go this way?

33. Je kuna yeyote anayezugumza Kiingereza? - Is there anyone who speaks English?

34. Unanielewa? - Do you understand me?

35. Kituo cha treni ni mbali kiasi gani? - How far is the train station?

36. Hilo ni jengo gani? - What is that building?

37. Ninaweza kusubiri wapi? - Where can I wait?

38. Ninaweza kupata wapi teksi? - Where can I get taxi

39. Maduka yanufunguliwa saa ngapi? - When do the shops open?

40. Maduka yanafungwa saa ngapi? - When do the shops close?

41. Kiingilio ni pesa ngapi? – How much is the entrance fee?

42. Ninaweza kupata maji wapi? - Where can I get water?

43. Je haya maji ni salama kwa kunywa? - Is this water safe for drinking?

44. Ninaweza kupata wapi bia? - Where can I get a beer?

45. Unaweza kunipatia habari kuhusu...? -Can you give me some information about...?

7. Ishara-signs

1. MAGARI NI MARUFUKU KUINGIA - NO ENTRY FOR VEHICLES.

2. BAISKELI NI MARUFUKU KUPITA - NO CYCLING.

3. USIPITE KWA MIGUU - NO WALKTHROUGH.

4. BARABARA YA NJIA MOJA - ONE WAY STREET

5. USIPINDE KUSHOTO - NO LEFT TRUN

6. USIPINDE KULIA - NO RIGHT TURN

7. MARUFUKU KUPITANA - NO OVERTAKING

8. MARUFUKU KUEGESHA - NO PARKING

9. NJIA PANDA - CROSSROADS

10. ENDESHA POLEPOLE - DRIVE SLOWLY

11. KATIKATI MWA MJI - CITY CENTER
12. KUWASILI – ARRIVAL.
13. KUONDOKA – DEPARTURE.
14. MIZIGO – LUGGAGE.
15. MKAHAWA – RESTAURANT.
16. VYOO – WASHROOMS.
17. HABARI – INFORMATION.
18. KUINGIA – ENTERENCE.
19. KUTOKA – EXIT.
20. WANAWAKE - LADIES.
21. WANAUME – GENTELMEN.
22. WAZI – VACANT.
23. INATUMIKA – OCCUPIED
24. IMEFUNGWA – CLOSED
25. IMEFUNGULIWA – OPEN
26. CHUMBA CHA KUSUBIRI – WAITING ROOM.
27. MAPOKEZI -RECEPTION
28. MLANGO WA DHARURA - EMERGENCY EXIT.
29. INAUZWA –FOR SALE.
30. HAIUZWI- NOT FOR SALE.
31. MAEGESHO- PARKING
32.SIMAMA- STOP
33. KUINGIA – ENTRANCE.
34. KUTOKA – EXIT.

8. Taarifa kuhusu Saa – Information about time

1. Ni saa ngapi? – *What is the time?*

2. Sasa ni saa ngapi? – *What is the time now?*

3. Ni saa saba kamili. – *It's 1 o'clock*

4. Ni saa mbili na nusu asubuhi. - It's 8:30 AM

5. Ni saa moja jioni. - *It's 7PM*

6. Bado dakika kumi kufika saa nane Mchana. - *It's 10mins to 2:00 PM*

7. Je, hii saa iko sawa? – *Is this clock ok?*

8. Saa yako inasonga polepole. *–Your clock is slow.*
9. Saa yako inasonga haraka. *–Your clock is fast.*
10. Umechelewa. *– You are a late.*
11. Umefika mapema. *- You have arrived early.*
12. Umefika kwa wakati. *– You have arrived on time.*
13. Ni mapema sana. *– It's too early.*
14. Mkutano umeshaanza. *- The meeting has already started.*
15. Mkutano utachukua muda gani? *– How long will the meeting last?*
16. Mkutano bado haujaanza- *The meeting has not yet started/begun*
17. Filamu inaanza saa ngapi? *– When is the film starting?*
18. Nitarudi baada ya saa mbili. *– I will be back after two hours.*
19. Tulikuwa Mombasa katika msimu uliopita wa kiangazi - *We were in Mombasa last summer.*
20. Ulikuwa wapi jana jioni? *– Where were you yesterday evening?*

9. Kuwasiliana na watu (Communicating with people)

1. Sina uhakika. *– I am not sure.*
2. Nilitaka kuuliza tu. *– I just wanted to ask.*
3. Ninajua *–I know.*
4. Sijui. *–I don't know.*
5. Ninadhani hivyo. *- I think so.*
6. Sidhani hivyo *– I don't think so.*
7. Ninafikiri hvyo. *- I think so.*
8. Sidhani kama nimekosea. *- I don't think I am wrong.*
9. Mambo kama hayo yanaweza kutokea. *– Such things may happen.*
10. Simaanishi hivyo. *- I don't mean that.*
12. Yote ni sawa kwangu. *- It's all the same to me.*
13. Tutaona. *- we shall see.*

14. Nina haraka. - *I am in a hurry.*
15. *Nina shughuli sasa. - I am busy now*
16. *Sina shuguli sasa. – I am not busy now*
17. Inawezekana. - *It's possible.*
18. Haiwezekani. – *It's impossible.*
19. Haina maana. - *Its meaningless.*
20. Bila shaka. -*Ofcourse.*
21. Sawa. – *Alright/okay*
22. Ni rahisi sana. - *It's very easy.*
23. Inategemea. – *It depends.*
24. Ninakubali. - *I agree.*
25. Ninakubaliana na wewe. - *I agree with you.*
26. Sikubali. – *I don't accept.*
27. *Nimekataa. - I have refused.*
28. *Sijakataa- I have not refused*
29. Siwezi kukubali. - *I cannot accept.*
30. Ni kosa langu. - *It's my mistake.*
31. Kwa ufupi... – *In short...*
32. Ninapinga. – *I object.*
33. Fanya utakalo. - *Do what you want.*
34. Nina uhakika. – *I am sure.*
35. Sina uhakika. – *I am not sure.*
36. Unafikiria nini kunihusu? - *What do you think of me?*
37. Ninatumai hivyo. – *I hope so.*
38. Kweli? – *Really?*
39. Si mbaya. - *It's not bad.*
40. Ni nzuri – *It is good.*
41. Uko sahihi. - *You are right.*
42. Kila la heri! - *All the best!*
43. Mungu wangu! - *Oh my God!*
44. Ni hayo tu kwa sasa! - *That's all for now!*
45. Haijalishi. – *It doesn't matter*
46. Umekosea. - *You are mistaken.*
47. Tumekubaliana kuwa…- *We have agreed that…*

48. Kulingana na mimi… - *According to me…*
49. Ninatumai hvyo. – *It is my wish/ hope*
50. Sina mengi ya kusema- *I don't have much to say.*

10. Masomo - Studies

1. Je wewe ni mwanafunzi? - *Are you a student?*
2. Unapenda somo gani zaidi*? - which subject do you love the most?*
3. Unasoma katika chuo gani? - *Which college do you attend/go to?*
4. Unasomea nini katika chuo kikuu? -*What are you studying in the University?*
-Ninasomea Sociology - *I am studying sociology*
5. Uko katika mwaka wa ngapi? -*Which year are you in?*
6. Utahitimu lini? -*When will you graduate?*
7. Nimeshahitimu. - *I have already graduated.*
8. Ulihitimu kutoka shule gani? - Which school did you graduate from?
9. Ulihitimu lini? - *When did you graduate?*
10. Ulisoma katika shule gani? -*Which school did you go to?*
11. Nilimaliza shule ya upili. - *I finished/completed* highschool.
12. Unasoma katika kitivo gani? - *Which department are you studying in?*
13. Niko katika kitivo cha lugha. - *I am in the language department.*
14. Sisomi, ninafanya kazi. - *I don't study, I work.*
15. Sifanyi kazi. Mimi ni mwanfunzi. - *I don't work. I am a student.*
16. Mimi ni mahafali wa chuo kikuu- *I am a university graduate.*
17. Astashahada- *Certificate*
18. Stashahada- *Diploma*
19. Shahada- *Degree*

117

20. Uzamili- *Masters' degree*
21. Uzamifu-*PhD*
22. Nina shahada ya uzamili. - *I have a masters' degree*
23. Kwa sasa ninasoma katika chuo kikuu- *Currently I am studying at the university.*
24. Chekechea – *Kindergarten*
25. Shule ya msingi- *Elementary/primary school.*
26. Shule ya upili – *High school*
27. Chuo – *College*
28. Chuo kikuu- *University*
29. Mwalimu – *Teacher.*
30. Mhadhiri –*Lecturer*
31. Mwalimu mkuu – *Head teacher/Principal.*

11. Kusafiri kwa gari/basi/teksi - Travelling by car/bus/taxi

1. Ni mbali? – *Is it far?*
2. Si mbali. – *It is not far.*
3. Ni karibu sana. – *It is very near.*
4. Je, barabara ni nzuri? – *Is the road good?*
5. Barbara gani ni nzuri? – *Which road is good?*
6. Je, barabara ya Ngong ni nzuri? – *Is the Ngong road good?*
7. Kuna msomgamano wa magari. – *There is traffic*
8. Barabara ni nzuri. – *The road is good.*
9. Brabara ina matope mengi. – *The road is very muddy.*
10. Kituo cha mafuta kiko wapi hapa karibu? - *Where is the nearest fuel station?*
11. Tafadhali nijazie tenki. – *Please fill up the tank for me.*
12. Lita kumi (10) za petroli tafadhali. – *10 litters of petrol please.*
13. Upande wa kulia- *on the right.*
14. Upande wa kushoto. – *On the left.*
15. Geuka kulia. – *Turn right.*

16. Geuka kushoto. – *Turn left.*
17. Nenda moja kwa moja. – *Go straight ahead.*
18. Je hii barabara inaelekea….? – *Does this road head to...?*
19. Barabara hii inaelekea wapi? – *Where does this road head to?*
20. Unaweza kubadilisha oili tafadhali? - *Can you change the oil please*

12. Safari ya ndege -air travel

1. Nitasafiri kwa ndege- *I will travel by plane*
2. Umewahi kusafiri kwa ndege? - *Have you ever travelled by plane?*
3. Ndiyo, nimewahi kusafiri kwa ndege. - *Yes I have travelled by plane*
4. Hapana, sijawahi. – *No I haven't.*
5. Ninataka kuwekesha tiketi ya ndege- *I want to book an air ticket.*
6. Je, kuna ndege ya kwenda Ujerumani leo? - *Is there a plane to Germany today?*
7. Ndege inayofuata kwenda Mosko itaondoka saa ngapi? - *When is the next plane to Moscow leaving?*
8. Tiketi ya ndege kwenda London ni shilingi ngapi? - *How much is a flight to London?*
9. Je, kuna nafasi katika ndege ya kwenda Mosko? -*Are there available seats on the flight to Moscow?*
10. Nafaa kuwa hapa saa ngapi? -*What time am I supposed to be here?*
11. Uwanja wa ndege uko wapi? – *Where is the airport?*
12. Ninataka kuwekesha viti viwili katika ndege ya kwenda Kairo kesho. - *I want to book two seats for the flight to Cairo tomorrow.*
13. Mzigo una uzito kiasi gani? - *How much does the luggage weigh?*
14. Una mzigo wa ziada- *You have excess luggage.*

15. Ninaweza kupanda na hii kwenye ndege? - *Can I board with this on the plane?*
16. Ndege itachelewa kwa dakika kumi. – *The plane will be late with 10 minutes.*
17. Unaweza kunisaidia gazeti tafadhali? – *Could you help me with a newspaper please?*
18. Sijihisi vizuri- *I don't feel well*
19. Ninajihisi mgonjwa- *I feel sick.*
20. Tutatua saa ngapi? - *What time will we land?*
21. Ndege itachelewa kwa muda gani? - *How long will the plane be late?*
22. Ninaweza kuvuta sigara? - *Can I smoke a cigarette?*
23. Tunapaa juu ya milima-*We are flying over mountains*
24. Tafadhali fungeni mikanda yenu-*Please fasten your seatbelts*
25. Ndege kutoka Nairobi imetua- *The plane from Nairobi has landed.*

Notes:_____

_____
_____
_____
_____
_____
_____
_____
_____
_____
_____
_____
_____
_____
_____
_____
_____
_____
_____
_____
_____
_____
_____
_____
_____
_____
_____
_____
_____
_____

Printed by Amazon Italia Logistica S.r.l.
Torrazza Piemonte (TO), Italy

56570373R00077